നോവൽ

ഇലഞ്ഞിമരം പൂക്കുന്ന ഇടവപ്പാതി

ജോബിഷ് ഗോപി താണിശ്ശേരി

ഗ്രീൻ ബുക്സ്

green books private limited
gb building, civil lane road, ayyanthole,
thrissur- 680 003, kerala, ph: +91 487-2381066, 2381039
website: www.greenbooksindia.com
e-mail: info@greenbooksindia.com

branches:
thrissur 0487-2422515
thiruvananthapuram 0471-2335301
calicut 0495 4854662

malayalam
ilanjimaram pookkunna idavappaathi
novel
by
jobish gopi thanissery

published september 2023

cover design : s. mahendra

printed in india
manipal technologies ltd

isbn : 978-81-19486-69-4

₹ 120.00
GBPL/1318/2023

ഇലഞ്ഞിമരം പൂക്കുന്ന ഇടവപ്പാതി

ഒന്ന്

പുന്നയൂർക്കുളം എന്ന ഗ്രാമം സാംസ്കാരിക, സാഹിത്യ പാരമ്പര്യമുള്ള സമ്പന്നമായൊരു ഇടമായതിനാൽ തന്നെ ആ പ്രദേശവുമായി ബന്ധപ്പെട്ടുകൊണ്ടുള്ള ഒരു കഥ പറയുക എന്നത് അവിടെ ജനിച്ചു വളർന്ന ഒരു വ്യക്തി എന്ന നിലയിൽ എന്നെ സംബന്ധിച്ചിടത്തോളം വളരെ അധികം വെല്ലുവിളി നിറഞ്ഞ ഒന്നായിരുന്നു എന്ന് ആരംഭത്തിൽത്തന്നെ വ്യക്തമാക്കട്ടെ. അതിനുള്ള പ്രധാന കാരണങ്ങളിൽ ഞാൻ മനസ്സിലാക്കിയിരുന്ന ഒരു സംഗതി, ഈ ദേശത്തിന്റെ സ്വന്തം കവികളും കഥാകൃത്തുക്കളും മലയാളത്തിലെ പ്രമുഖരായ സാഹിത്യകാരന്മാരായ നാലപ്പാട്ട് ബാലാമണിയമ്മയും മാധവിക്കുട്ടിയും ശുജാഇ മൊയ്തു മുസ്ലിയാരും നാലപ്പാട്ട് നാരായൺ മേനോനും അബ്ദുൾ പുന്നയൂർക്കുളം തുടങ്ങിയവർ ജനിച്ചത് ഈ ഗ്രാമത്തിലാണ് എന്നതാണ്. അവർ സംഭാവന ചെയ്തിട്ടുള്ള പല കൃതികളും മലയാള ഭാഷയിൽനിന്നും ഉപരിയായി പല വിദേശ ഭാഷകളിലേക്കുപോലും വിവർത്തനം ചെയ്തിട്ടുള്ളതും ലോകപ്രസിദ്ധവുമാണ്. മുകളിൽ പരാമർശിച്ച കാരണങ്ങൾ ആയിരുന്നു എന്നെയും വളരെ അധികം ആകുലപ്പെടുത്തിയിരുന്നത്.

പുന്നയൂർക്കുളം ഗ്രാമവും അതിനോട് ചേർന്നു കിടക്കുന്ന കുറച്ചു പ്രദേശങ്ങളും ഉൾപ്പെടുന്നിടത്താണ് ഈ കൽപിതകഥയ്ക്ക് ആസ്പദമായ സംഭവങ്ങൾ നടക്കുന്നത്. ഒരു യഥാർത്ഥ സംഭവത്തെ അടിസ്ഥാനമാക്കിയുള്ള ഈ കഥ നവാസ് മുഹമ്മദ് എന്ന പൊലീസുകാരന്റെ ജീവിതത്തിലെ കുറച്ച് ദിവസങ്ങളിൽ നടന്ന സംഭവങ്ങളെ ആസ്പദമാക്കി എഴുതിയിട്ടുള്ളതാണ്. സോഷ്യൽ വർക്സിൽ മാസ്റ്റർ ഡിഗ്രിയും വനംവകുപ്പിലെയും സെയിൽസ് ടാക്സിലെയും ജോലിയും ഉപേക്ഷിച്ച് സബ് ഇൻസ്പെക്ടർ വേഷം അണിഞ്ഞ നവാസ് മുഹമ്മദ്ന്റെ കഥ. അല്ല, ഇത് നവാസിന്റെ മാത്രം കഥ എന്ന് തീർത്തും പറയാനാകില്ല. കാരണം അച്ഛനും അമ്മയും മരണപ്പെട്ടശേഷം കാണാതായി പോയ പറക്കമറ്റാത്ത അവരുടെ

രണ്ട് കുഞ്ഞുങ്ങൾ അഞ്ചു വയസ്സുകാരി ആര്യയുടെയും മൂന്ന് വയസ്സുകാരൻ കുഞ്ഞനുജൻ അജിത്തിന്റെയും കൂടി കഥയാണ്. മുൻപ് ഉണ്ടായിരുന്ന രണ്ടു സർക്കാർ ജോലികളും നവാസ് ഉപേക്ഷിച്ചത് പോലും പൊലീസ് ജോലിയോടുള്ള അയാളുടെ അതിയായ അഭിനിവേശം കൊണ്ടുമാത്രമാണെന്ന് പറയേണ്ടിവരും.

ഈ കഥയ്ക്ക് ആസ്പദമായ സംഭവം നടക്കുന്നത് 2002 മെയ് 26. അന്ന് പകൽ രാവിലെ ഏകദേശം 8.15. ഇടവപ്പാതിയിലെ ആദ്യപകുതിയിലെ ഒരു തിങ്കളാഴ്ച. പോരാത്തതിന് തലേനാൾ അവധി ദിവസം ആയതിനാൽ ആ ഒഴിവ് ദിവസത്തിന്റെ ആലസ്യത്തിൽനിന്ന് പതിയെ മുക്തരായി ഗ്രാമത്തിലുള്ള ഒട്ടുമിക്ക ആളുകളും അവരവരുടെ ജോലിക്കു പോകാൻ തുടങ്ങുന്നതേ ഉണ്ടായിരുന്നുള്ളൂ. ഗ്രാമത്തിലെ കാരമ്പത്തൂർ മനയിലെ ഉപയോഗശൂന്യമായ കുളത്തിന് നടുക്കുള്ള കിണറ്റിൽ ഒരു മൃതദേഹം കിടക്കുന്നു എന്ന അശുഭകരമായ വാർത്ത കേട്ടാണ് പുന്നയൂർക്കുളം ഗ്രാമം അന്ന് ഉണർന്നത്.

ഗ്രാമത്തിലെ വളരെ പഴക്കമുള്ള തറവാടുകളിൽ ഒന്നായിരുന്നു കാരമ്പത്തൂർ മന. പൂർണ്ണമായും ചെങ്കല്ലും മരവുംകൊണ്ട് നിർമ്മിച്ചിട്ടുള്ള പഴയ ആ തറവാട് വീടും ആറ് ഏക്കറിൽ കുറയാത്ത, വർഷങ്ങളായി വെട്ടിത്തെളിക്കാതെ കാട് പിടിച്ചുകിടക്കുന്ന, മനപ്പറമ്പും സർപ്പക്കാവും കുളവും. പ്രദേശവാസികൾ പോലും വിരളമായി മാത്രമേ ആ വഴി പോകാറുള്ളൂ. കാരമ്പത്തൂർ മനയെപ്പറ്റി സത്യവും മിഥ്യയുമായ ഒരുപാട് കഥകൾ ദേശത്തുള്ള പ്രായമായ ആളുകൾക്കിടയിൽ നിന്നും പറഞ്ഞു കേട്ടിട്ടുണ്ട്. അതിൽ ഒന്നാണ് മനയുടെ തെക്കുഭാഗത്ത് ഇരട്ടകളെപോലെ നിന്നിരുന്ന വലിയ രണ്ട് പടുവൃക്ഷങ്ങൾ. ഒരു ഇലഞ്ഞിമരവും മറ്റേത് ഒരു പാലമരവും. ഏതാണ്ട് മനയുടെ അത്രതന്നെ, അല്ലെങ്കിൽ അതിൽ കൂടുതൽ പ്രായം ഉണ്ടായിരുന്നു ആ രണ്ട് മരങ്ങൾക്ക്. ആ പ്രദേശത്തെ ഏറ്റവും വലിയ മരങ്ങൾ. ഈ മരങ്ങൾക്ക് ഉണ്ടായിരുന്ന ഒരു പ്രത്യേകത ആ നാട്ടുകാർ പറഞ്ഞിരുന്നത് പാലമരം വർഷത്തിൽ ഒട്ടുമിക്ക സമയങ്ങളിലും പൂക്കുമായിരുന്നുവത്രെ. മാത്രമല്ല രാത്രികളിൽ പാലപ്പൂവിന്റെ ആ ഉന്മാദഗന്ധം ആ പ്രദേശത്തെല്ലാം പടരും. ഒരുകാലത്ത് മനപ്പറമ്പിനടുത്തുകൂടി രാത്രിയിൽ പോകുന്നവരുടെ മനസ്സിൽ ഭീതി നിറച്ചിരുന്ന ഒന്നായിരുന്നു അത്.

ആ പാലമരത്തിനെ തൊട്ടുരുമ്മി നിന്നിരുന്ന ഇലഞ്ഞിമരം, അതാകട്ടെ, നേരെ മറിച്ചും. പൂക്കൾക്ക് ഇളംമഞ്ഞ നിറവും പ്രത്യേക മാദകഗന്ധവുമുള്ള ആ മരം അവിടുത്തുകാരുടെ ഓർമ്മയിൽ മൂന്നോ

നാലോ തവണ മാത്രമാണത്രെ പൂത്തിട്ടുള്ളത്. അതും ഇടവപ്പാതി യിൽ മാത്രമേ എന്നതായിരുന്നു ആ ഇലഞ്ഞിമരത്തിന്റെ വലിയ സവിശേഷത. എത്ര തവണ ആ ഇലഞ്ഞിമരം പൂത്തിട്ടുണ്ടോ അത്ര പ്രാവശ്യം ആ മനപ്പറമ്പിൽ ഒരു അപമൃത്യുവും സംഭവിച്ചിട്ടുണ്ട്. ചിലപ്പോൾ അവിടുത്തുകാർ രണ്ടിനെയും കൂട്ടിയിണക്കികൊണ്ടു ചമഞ്ഞെടുക്കുന്ന മറ്റൊരു കെട്ടുകഥ ആയിരിക്കാം അതും.

എന്നാൽ കുറച്ച് വർഷങ്ങൾക്കിപ്പുറം ഈ ഇടവപ്പാതിയിലും ആ ഇലഞ്ഞിമരം വീണ്ടും പൂത്തു. ഏഴ്, എട്ട് ദിവസങ്ങളായി ആരെയോ പ്രതീക്ഷിച്ച് നിൽക്കുന്നതുപോലുള്ള ആ നിൽപ്പ് തുട ങ്ങിയിട്ട് ആ വൃക്ഷത്തിന്റെ ഒരു ഇലപോലും കാണാത്ത തരത്തിൽ ചില്ലകൾ മുഴുവൻ ഇളംമഞ്ഞ നിറത്തിലുള്ള പൂക്കൾ വിടർത്തി ദേഹമാസകലം സ്വർണ്ണാഭരണവിഭൂഷിതയായ നവവധുവിനെ പോലെ നിൽക്കുന്നു. സൂര്യനെ സൂര്യകാന്തി പ്രണയിക്കുന്നു എന്ന് പറയുന്നതുപോലെ ആ ഇലഞ്ഞിമരവും ചില്ലകൾ ആസകലം പൂക്കളും വിടർത്തി, പരിസരമാകെ മദിപ്പിക്കുന്ന ഗന്ധവും പരത്തി ക്കൊണ്ട് ഇടവപ്പാതിയിലെ ചാറ്റൽമഴയെയും കാത്തുകൊണ്ട് അങ്ങനെ നിൽക്കുകയാണോ എന്ന് ആ മരത്തിനെ കാണുന്ന മാ ത്രയിൽ തന്നെ ഏതൊരാൾക്കും തോന്നിപ്പോകും.

കാരമ്പത്തൂർ മനയുടെ കോലായിൽ നിന്നും മുറ്റത്തേക്ക് ഇറ ങ്ങിയ കാര്യസ്ഥൻ കേശവൻ, തൊടിയിലേക്ക് കണ്ണോടിച്ചപ്പോൾ, മനയുടെ തെക്ക് ഭാഗത്തുള്ള വലിയ ഇലഞ്ഞിമരം പെട്ടെന്ന് അയാ ളുടെ കണ്ണിലുടക്കി. ആ മരത്തെ കണ്ട ക്ഷണത്തിൽ തന്നെ അയാൾ ആത്മഗതം പറഞ്ഞു, ഭഗവാനേ, കൃഷ്ണാ... എന്താ ഈ കാണണേ, ഈ നാശം പിടിച്ച മരം മുഴുവൻ വീണ്ടും പൂ മൂടിയാണല്ലോ നിൽ ക്കുന്നത്. ഇനി എന്ത് അനിഷ്ടമാണാവോ മനയിൽ വരാൻ പോണത്. എന്ന് വെച്ചാൽ മനയിലെ ഇലഞ്ഞിമരത്തെ ചുറ്റിപ്പറ്റി നാട്ടുകാർ കരുതുന്നതുപോലെ എന്തോ ഒന്ന് മനയിലെ കാര്യസ്ഥനും വിശ്വസിക്കുന്നു എന്ന് സാരം.

കാരമ്പത്തൂർ മനക്കാരുടെ പഴയ പ്രൗഢി ലേശം മങ്ങിയിയി ട്ടുണ്ട് എന്നു വേണം പറയാൻ. അതിന്റെ പ്രഥമകാരണമായി മന യിലെ ഇപ്പോഴത്തെ കാരണവരായ മാധവൻ പറഞ്ഞിരുന്നത് അനിയനായ മുകുന്ദൻ നടത്തിയിരുന്ന ആഭിചാര കർമ്മങ്ങളുടെ ദുഷ്ഫലമാണ് കാരമ്പത്തൂർ മന ഇങ്ങനെ നാൾക്കു നാൾ ക്ഷയി ക്കുന്നത് എന്നാണ്. എന്നാൽ മുകുന്ദനാകട്ടെ, കുറ്റപ്പെടുത്തിയിരു ന്നത് മുഴുവൻ ജ്യേഷ്ഠൻ മാധവന്റെ വഴിവിട്ട ബന്ധങ്ങളും ധൂർത്തും പരസ്ത്രീ സമ്പർക്കവുമാണ് ഇതിനെല്ലാം കാരണം എന്നുമാണ്.

രണ്ടാളും പരസ്പരം പഴി പറയാൻ തുടങ്ങിയിട്ട് വർഷങ്ങളായി. ഒരുപാട് ആളുകൾ താമസിച്ചിരുന്ന മനയിൽ ഇപ്പോൾ എട്ടോ ഒമ്പതോ പേർ മാത്രമാണ് അന്തേവാസികൾ ആയിട്ടുള്ളത്. ഒരു കാലത്ത് അതിസമ്പന്ന തറവാടായിരുന്നു കാരമ്പത്തൂർ മന. എന്നാൽ ഇന്ന് ആൾബലംകൊണ്ടും സാമ്പത്തികശേഷികൊണ്ടും അല്പം ശോചനീയമായ അവസ്ഥയിലാണെന്ന് മനയ്ക്ക് വെളിയിൽ ഉള്ളവർക്ക് പുറംകാഴ്ചയിൽ തോന്നുമെങ്കിലും ഗ്രാമത്തിന്റെ വിവിധ ഭാഗങ്ങളിൽ ഇന്നും ഒരുപാട് നിലവും വയലും കാരമ്പത്തൂർ മനയുടേതായിട്ടുണ്ട്.

മനയുടെ ഒരു സുപ്രധാന ഭാഗമായിരുന്ന അഷ്ടനാഗ പ്രതിഷ്ഠ ഉണ്ടായിരുന്ന സർപ്പക്കാവ്, അവിടെ കളമെഴുത്തും പാട്ടും പൂജയുമെല്ലാം മുടങ്ങിയിട്ട് വർഷങ്ങളായി. മനയിലെ മാധവന്റെ ആദ്യ വേളി മാലതി അന്തർജനം ജീവിച്ചിരുന്നപ്പോൾ, മുടക്കമില്ലാതെ എല്ലാ വർഷവും സർപ്പക്കാവിൽ പൂജയും കളമെഴുത്തുപാട്ടുമെല്ലാം ഉത്സവം പോലെ നടന്നു പോന്നിരുന്നതാണ്. എന്നാൽ അവരുടെ മരണശേഷം മനയിലെ ആർക്കും അത്ര താത്പര്യം ഇല്ലാത്ത മട്ടാണ്. എന്തിന് അധികം പറയണം, മനയുടെ ഇപ്പോഴത്തെ യഥാർത്ഥ അവസ്ഥ അറിയണമെങ്കിൽ സർപ്പക്കാവിന്റെ ഭാഗത്തേക്കൊന്ന് കണ്ണോടിച്ചാൽ മതി. സർപ്പക്കാവിലെ ചിത്രകൂടക്കല്ലും നാഗരാജാവിന്റെയും അനുബന്ധ വിഗ്രഹങ്ങളും കാണാത്തവിധം പുല്ലും കാടും നിറഞ്ഞിരിക്കുന്നു. ഒരുകാലത്ത് ഈ മനയിലെ കാവിന്റെ ഭാഗമായിട്ടുണ്ടായിരുന്ന കിണറ്റിലെ വെള്ളംപോലും തീർത്ഥജലത്തിന് പകരമായി താണജാതിക്കാർ കൊണ്ടുപോയി ഉപയോഗിച്ചിരുന്നതായി കാരണവന്മാരിൽനിന്നും കേട്ടിട്ടുണ്ട്.

ദേശത്തുള്ള ഒരു വിഭാഗം ആളുകൾ 'തമ്പ്രാൻ' എന്ന് (ജാതി കൊണ്ടോ സമൂഹത്തിലെ സ്ഥാനംകൊണ്ടോ താഴ്ന്ന ആളുകൾ ഉയർന്നവരെ കുറിക്കാൻ ഉപയോഗിക്കുന്ന പദം) വിളിച്ചിരുന്ന കാരമ്പത്തൂർ മനയിലെ ഇപ്പോഴത്തെ കാരണവർ, കാരമ്പത്തൂർ മാധവൻ എന്ന മാധവൻ തമ്പ്രാനും അദ്ദേഹത്തിന്റെ കുടുംബവുമാണ് ഇപ്പോൾ മനയിലെ അന്തേവാസികൾ. തമ്പ്രാന്റെ ആദ്യത്തെ വേളി മാലതി അന്തർജനത്തിന്റെ അകാല മരണം സംഭവിച്ചിട്ട് ഏകദേശം പത്ത് വർഷമായി. അവർ മരിച്ചതല്ല തമ്പ്രാൻതന്നെ കൊലപ്പെടുത്തി കുളത്തിൽ ഇട്ടതാണെന്നും ആ സമയത്തൊക്കെ ഗ്രാമത്തിൽ ഒരു സംസാരമുണ്ടായിരുന്നു. അത് സത്യമാണെന്ന് മനയിലെ ചില അന്തേവാസികളും വിശ്വസിച്ചിരുന്നു. പക്ഷേ മാധവനാകട്ടെ ആ കാര്യം മരണം നടന്ന സമയത്തും വർഷങ്ങൾക്കിപ്പുറവും അത്

നിഷേധിക്കുകയാണ് ചെയ്തിരുന്നത്. എന്നാൽ മാധവൻ തമ്പ്രാനോട് നേർക്ക് നേരെ നിന്ന് അതിനെപ്പറ്റി ചോദിക്കാനോ നിവർന്ന് നിന്ന് സംസാരിക്കാനോ എല്ലാവർക്കും ഭയമായിരുന്നു. മുൻകോപിയും മോശപ്പെട്ട സ്വഭാവത്തിനുടമയുമായിരുന്നു അയാൾ എന്നാണ് കേട്ടുകേൾവി. അയാൾക്ക് അറുപതിന് അടുത്ത് മാത്രമേ പ്രായമുണ്ടായിരുന്നുള്ളൂ. സാമാന്യം വെളുത്ത നിറം, ആറടിയിൽ കൂടുതൽ ഉയരം, ഒത്ത ശരീരം, കട്ടിപുരികം. ഷഷ്ടിപൂർത്തി ആകാറായിട്ടും അയാളുടെ മുടി നരച്ചിട്ടില്ല. കൈയിൽ എപ്പോഴും ഒരു വടി കാണും. പിടി സ്വർണ്ണംകൊണ്ട് കെട്ടിയത്. കാരണവന്മാരിൽ നിന്നും കൈമാറി കിട്ടിയതാണ്. ഇരുപത്തൊന്നാം നൂറ്റാണ്ടിൽ ജീവിക്കുമ്പോഴും അധികാരത്തിന്റെ അടയാളമെന്നോണം എപ്പോഴും ആ വടി പിടിച്ചുകൊണ്ടാണ് നടപ്പ്.

മാലതി അന്തർജനത്തിന്റെ മരണശേഷം, അവരുടെ അനുജത്തി അംബികയെ തമ്പ്രാൻ നിർബന്ധിച്ച് വേളി കഴിച്ചു. അവർക്ക് താത്പര്യം ഉണ്ടായിരുന്നില്ല. എങ്കിലും അവരുടെ ഇല്ലത്തെ നിവർത്തികേടുകൊണ്ട് സമ്മതിക്കേണ്ടിവന്നു. അവരാണ് ഇപ്പോൾ മാധവനൊപ്പം മനയിൽ ഉള്ളത്.

തമ്പ്രാന്റെ ആദ്യ വേളിയിൽ ഉണ്ടായിരുന്നത് നാല് ആൺമക്കളായിരുന്നു. അതിൽ ഏറ്റവും ഇളയവനാണ് സോമശേഖരൻ. അയാൾ എന്നും തമ്പ്രാന്റെ കണ്ണിലെ കരടായിരുന്നു. അതും വളരെ നിസ്സാരമെന്നു എല്ലാവർക്കും തോന്നുന്ന ഒരു കാരണം. കുടുംബത്തിലെ മറ്റുള്ള അംഗങ്ങളെ താരതമ്യം ചെയ്തുനോക്കിയാൽ, ലേശം കറുത്ത നിറമായിരുന്നു അയാൾക്ക്. അതുതന്നെയാണ് മാധവൻ തമ്പ്രാന്റ കണ്ണിൽ അയാൾക്കുണ്ടായിരുന്ന ഏറ്റവും വലിയ പോരായ്മ. ഈ ഒറ്റക്കാരണത്താൽ തമ്പ്രാന് അയാളെ ഇഷ്ടമായിരുന്നില്ല, മാത്രവുമല്ല, സോമശേഖരൻ തന്റെ മകനല്ല എന്ന് തമ്പ്രാൻ ഉറച്ച് വിശ്വസിച്ചിരുന്നു. ഈ വിഷയത്തെച്ചൊല്ലി മാധവൻ മാലതിയുമായി പതിവായി വഴക്കുണ്ടാക്കിയിരുന്നതിന് മനയിലുള്ളവർ സാക്ഷികളാണ്.

ചെറിയ പ്രായം മുതലേ നിറത്തിന്റെ കാര്യം പറഞ്ഞ് മിക്ക ദിവസങ്ങളിലും മാധവൻ സോമശേഖരനെ മർദ്ദിക്കുന്നതും വേർതിരിവ് കാണിക്കുന്നതും പതിവായിരുന്നു. ഈ പ്രവർത്തി മാധവൻ ഒരു ദിനചര്യപോലെ മുറതെറ്റാതെ ചെയ്തു. അതിനുള്ള സാഹചര്യം ഒത്തു വന്നില്ലെങ്കിൽ അയാൾ അത് എങ്ങനെയെങ്കിലും ഉണ്ടാക്കും. അറിയാതെയെങ്ങാനും പിതാവിന്റെ മുന്നിൽ ചെന്നുപെട്ടാൽ തീർന്നു. തമ്പ്രാൻ കൈയിൽ എപ്പോഴും കൊണ്ടുനടക്കുമായിരുന്ന

ആ വടികൊണ്ട് പൊതിരെ അടിയും അശ്രീകരം, അകത്തെങ്ങാനും പോയിരിക്കടാ കൊശവാ എന്ന് വിളിച്ചുകൊണ്ടുള്ള കാതടച്ച ശകാരവും. തുടരെയുള്ള ഈ അടിയും ശകാരവും അമ്മയോടുള്ള അച്ഛൻ മാധവന്റെ വെറുപ്പോടുകൂടിയുള്ള പെരുമാറ്റവും തന്റെ നിറത്തിനെ ചൊല്ലി വർഷങ്ങളായുള്ള അവർ തമ്മിലുള്ള വഴക്കും സോമശേഖരനെ മാനസികമായി വളരെ വിഷമിപ്പിച്ചിരുന്നു.

മനയിലെ ആരോടും അയാൾ അധികം ഇടപഴുകാറുണ്ടായിരുന്നില്ല. എപ്പോഴും കഴിഞ്ഞിരുന്നത് തന്റേതായ ഒരു ലോകത്തായിരുന്നു. അമ്മ മാലതിയോടും ചെറിയച്ഛൻ മുകുന്ദനോടും അല്ലാതെ, മനയിലെ മറ്റ് അന്തേവാസികളോടൊന്നും അയാൾ സംസാരിച്ചിരുന്നില്ല. കാരണം അവർ മാത്രമായിരുന്നു സോമശേഖരനോട് സ്നേഹത്തോടെ ഇടപഴുകിയിരുന്നത്. മനയ്ക്ക് പുറത്തു പോലും അയാൾ പോകുന്നതുതന്നെ വിരളമായിട്ടായിരുന്നു. സോമശേഖരന്റെ ലോകം എന്നത് അയാളുടെ ആ മനയിലെ മുറിയും സർപ്പക്കാവും കാവിനോട് ചേർന്ന കുറച്ചു ഭാഗവും ക്ഷേത്രവും മാത്രം. അതിനപ്പുറത്തേക്ക് വിശാലമായ ഒരു ലോകം ഉണ്ടെന്നുതന്നെ അയാൾക്ക് അറിയുമായിരുന്നില്ല.

സോമശേഖരന്റെ ജ്യേഷ്ഠന്മാർ മൂന്നു പേരും ദൂരെ പഠിക്കാൻ പോയപ്പോൾ, തമ്പ്രാൻ അയാൾക്ക്അതും നിഷേധിച്ചു. അമ്മ നിർബന്ധിച്ചാൽ ഒന്നുകിൽ അമ്മയുടെ കൂടെ ക്ഷേത്രത്തിലേക്ക്, അല്ലെങ്കിൽ അയാൾക്ക് ഏറ്റവും ഇഷ്ടമുള്ള സർപ്പക്കാവിനടുത്തുള്ള ഉപയോഗശൂന്യമായ കുളക്കടവിനടുത്തുവരെ. അവിടെ അയാൾ കുറേ നേരം ഇരിക്കും. കടവ് എന്നൊന്നും ആ ഇടത്തെ പറയാൻ കഴിയില്ല. കുറച്ചു വെട്ടുകല്ലുകൾ അവിടെയിവിടെയായി ചിതറിക്കിടക്കുന്നുണ്ടെന്നു മാത്രം.

വർഷങ്ങളായി ആരും കുളം ഉപയോഗിക്കാറില്ല. കാരമ്പത്തൂർ തമ്പ്രാക്കൾ പ്രൗഢിയിലായിരുന്ന കാലത്ത് അവർ ഉപയോഗിച്ചിരുന്ന ഒരു കുളക്കടവ് അവിടെ ഉണ്ടായിരുന്നു. ഇപ്പോൾ അതിന്റെ അവശിഷ്ടങ്ങൾ മാത്രമേ ഉള്ളൂ. ആൾപെരുമാറ്റം ഇല്ലാത്തതിനാലും വർഷങ്ങളായി വെട്ടിത്തെളിക്കാഞ്ഞതിനാലും ഇഴജന്തുക്കളുടെ വിഹാരമായിരുന്നു മനപ്പറമ്പിൽ. ഈ കാരണത്താൽ സമീപവാസികൾ അങ്ങോട്ടൊന്നും കടന്നിരുന്നില്ല. മനയിലേക്കുള്ള വഴി ആരംഭിക്കുന്നിടത്തുതന്നെ 'പൊതുവഴി അല്ല' എന്നും 'അന്യമതസ്ഥർക്ക് പ്രവേശനം ഇല്ല' എന്നും എഴുതി വെച്ചിട്ടുള്ള ബോർഡ് സ്ഥാപിച്ചിട്ടുള്ളതു കൊണ്ടും കർക്കശക്കാരനും ഗർവമുള്ളവനുമായ മാധവൻ

തമ്പ്രാന്റെ യഥാർത്ഥ സ്വഭാവം അറിയുന്ന ഒരാളും മനപ്പറമ്പിലേക്കു കടക്കാറുപോലും ഇല്ലായിരുന്നു.

അച്ഛന്റെ അമ്മ, പണ്ട് ഞങ്ങൾ കുട്ടികൾ ആയിരുന്നപ്പോൾ എപ്പോഴും പറയുമായിരുന്നത് ഓർമ്മയുണ്ട്. കുട്ട്യോളെ, സന്ധ്യ സമയത്തും ഒറ്റയ്ക്കൊന്നും സർപ്പക്കാവിൽ മുന്നിലൂടെ പോകുന്ന വഴിയിലൂടെ പോകേണ്ട എന്ന്. സർപ്പക്കാവിന്റെ അരികിലൂടെ പോകുന്ന ഒരു ചെമ്മൺപാത ഉണ്ടായിരുന്നു. അത് നേരെ ചെന്ന് അവസാനിക്കുന്നത് കാരമ്പത്തൂർ മനയുടെ പടിപ്പുരയുടെ മുന്നിലാണ്. പൊതുവഴി അല്ലാത്തതിനാൽ തന്നെ അധികമാരും ആ വഴി പോക്ക് തന്നെ കുറവാണ്. ഒന്നുകിൽ ആ വഴിയിലൂടെ പോകുന്നത് അടുത്തുള്ള പ്രദേശത്തുനിന്നും ജീവനോടെ പിടികൂടുന്ന സർപ്പങ്ങളെ ദേശക്കാർ, മാധവൻ അറിയാതെ കൊണ്ടു വിട്ടിരുന്നത് ഈ മനയുടെ സർപ്പക്കാവിലാണ്. അതിനാൽ തന്നെ കാവിന് അടുത്തുകൂടെയുള്ള സഞ്ചാരം രാത്രിയിൽ മാത്രമല്ല, പകലും ദുഷ്കരം തന്നെയായിരുന്നു.

മനയിലേക്ക് പോകുന്ന മറ്റൊരു കൂട്ടർ മനയിലെ മാധവന്റെ അനിയൻ മുകുന്ദനെ കാണാൻ പോകുന്നവരായിരുന്നു. മനയിലെ രണ്ടാമൻ ആയിരുന്നു മുകുന്ദൻ. മെലിഞ്ഞ ശരീരം, അഞ്ചര അടിയോളം ഉയരം, നീട്ടി വളർത്തിയിരിക്കുന്ന ദീക്ഷ, കഴുത്തിൽ സ്വർണ്ണം കൊണ്ടുള്ള രുദ്രാക്ഷമാല, കാതിൽ പച്ചനിറത്തിലുള്ള കടുക്കൻ, കറുത്ത നിറത്തിലുള്ള ഒറ്റ മുണ്ടു മാത്രമേ സാധാരണയായി ധരിക്കാറുള്ളൂ.

മനയിൽ മന്ത്രവാദവും ദുർമന്ത്രവാദവും അഭ്യസിച്ച ഒരേയൊരു വ്യക്തി. മന്ത്രങ്ങളെ യഥാവിധി പ്രയോഗിക്കുന്ന വ്യക്തിക്ക് പറയുന്ന പേരാണ് മന്ത്രവാദി. ഒന്നാമത്തെ ഗണത്തിൽ പെടുന്നവർ പ്രപഞ്ച നന്മയ്ക്കും സകല ജീവജാലങ്ങളുടെ നിലനില്പിനുമായി ദൈവങ്ങളെ പ്രീതിപ്പെടുത്തുവാൻ വേണ്ടിയാണ് മന്ത്രങ്ങളെ പ്രധാനമായും ഉപയോഗിക്കുന്നത്. അങ്ങനെയാണെങ്കിൽ പൂർണ്ണ അർത്ഥത്തിൽ മുകുന്ദനെ ഈ ഗണത്തിൽ ചേർക്കാൻ കഴിയില്ല. കാരണം, മന്ത്രവാദികൾ തന്നെ മൂന്ന് തരക്കാർ ഉണ്ടത്രെ. സത്വ ഗുണത്തോടുകൂടിയവർ, രജോഗുണത്തോടു കൂടിയവർ, തമോഗുണത്തോടു കൂടിയ മന്ത്രവാദികൾ. മനയിലെ മുകുന്ദൻ ആദ്യം പരാമർശിച്ച ഒന്നാമത്തേതിൽ നിന്നും പ്രയാണം തുടങ്ങി, ഇപ്പോൾ ആദ്യത്തെ രണ്ട് മാർഗങ്ങളിൽ നിന്നും വ്യതിചലിച്ച് മൂന്നാമതു പറഞ്ഞിട്ടുള്ള വിഭാഗത്തിൽ എത്തിനിൽക്കുന്നു. ഇത്തരക്കാരെ പൊതുസമൂഹം വിശേഷിപ്പിച്ചിരുന്നത് ദുർമന്ത്രവാദികൾ എന്നാണ്.

ഈ ഗണത്തിൽ പെട്ട ആളായിട്ടാണ് ഇപ്പോൾ മുകുന്ദൻ ജീവിക്കുന്നത്. അയാൾ അത്തരം ആഭിചാര കർമങ്ങൾ ചെയ്യുന്നതിലാണ് ആനന്ദം കണ്ടിരുന്നത്. ഇവർ മറ്റുള്ളവരുടെ നാശത്തിനായി മന്ത്രങ്ങളെ ദുർവിനിയോഗം ചെയ്യുന്നവരായ ഇത്തരക്കാർ അഥർവ്വ വേദത്തിൽ പറഞ്ഞിട്ടുള്ള മന്ത്രങ്ങളാണ് ഉപയോഗിച്ചിരുന്നത്.

മുകുന്ദന് അമ്പത് വയസ്സ് കഴിഞ്ഞിട്ടും അയാൾ ഇതുവരെ വേളി കഴിച്ചിട്ടില്ല. കാരണമായി അയാൾ പറഞ്ഞിരുന്നത് അന്ധകാരത്തിൽ മറഞ്ഞിരിക്കുന്ന മരണം ഏത് നിമിഷം വേണമെങ്കിലും തന്നെ കൊണ്ടുപോകും എന്നും അങ്ങനെയുള്ള താൻ എന്തിനാ അത്തരം ഒരു സാഹസത്തിന് മുതിരുന്നത് എന്നുമാണ്. കാരമ്പത്തൂർമനയിലെ അന്തേവാസികളോ സമീപപ്രദേശത്തുള്ളവരോ ആരും തന്നെ മനയുടെ തെക്ക് ഭാഗത്തേക്ക് സാധാരണയായി പോകാറില്ല. അവിടേക്ക് പോയിരുന്ന രണ്ടേ രണ്ട് വ്യക്തികൾ ഒന്ന് മുകുന്ദനും അയാളുടെ ആഭിചാര കർമ്മങ്ങൾക്ക് വേണ്ട സാധനങ്ങളും സഹായങ്ങളും ചെയ്തുകൊടുത്തിരുന്ന ചക്കിത്തറ കോളനിയിൽ താമസിക്കുന്ന നായാടി വിഭാഗത്തിൽ ഉള്ള 'കിട്ടൻ' എന്ന് വിളിപ്പേരുള്ള 'കുഞ്ഞിക്കേളു'വുമായിരുന്നു.

ശാപം കിട്ടിയ ബ്രാഹ്മണരാണ് നായാടികൾ ആകുന്നത് എന്നൊരു പഴമൊഴി ഉണ്ട്. എന്നാൽ ശാസ്ത്രീയമായ യാതൊരു തെളിവും അതിനില്ല. പേരിനെ അന്വർത്ഥമാക്കുന്ന രൂപമായിരുന്നു അയാൾക്ക്. നാല് അടി ഉയരം മാത്രമേ കുഞ്ഞിക്കേളുവിന് ഉണ്ടായിരുന്നുള്ളൂ. ഒറ്റനോട്ടത്തിൽ തന്നെ ആരെയും ഭയപ്പെടുത്തുന്ന രൂപം. ജട പിടിച്ച നീട്ടിവളർത്തിയ മുടി, കരിയുടെ നിറം, പുറത്തേക്ക് തള്ളിനിൽക്കുന്ന കണ്ണുകൾ, കറപിടിച്ച പല്ല്, ഇടതുകൈയിൽ ഒരു ലോഹത്തള ഇട്ടിട്ടുണ്ട്. കാലിന് ചെറിയൊരു മുടന്തുണ്ട്. അതിനാൽ തന്നെ ചാടിച്ചാടിയാണ് നടപ്പ്. എപ്പോഴും തോളിൽ ഒരു മുഷിഞ്ഞ തുണി സഞ്ചി ഉണ്ടാകും. കൈയിൽ ആണെങ്കിൽ അയാളേക്കാൾ വലിയ, കൂർത്ത മുനയുള്ള മുളവടിയും. അയാൾ പോകുന്ന വഴികളിൽ കാണുന്ന എല്ലാ തോടുകളിലും കുളങ്ങളിലും ഭയമില്ലാതെ ഇറങ്ങി തപ്പിയും കൈയിലുള്ള മുളകൊണ്ട് കുത്തിയും പിടിച്ചിരുന്ന മീനിനെയും ആമയെയും തവളെയുമെല്ലാം തോളിലുള്ള സഞ്ചിയിൽ ഇടും. ആരും പെട്ടെന്ന് കാണാത്ത ഏതെങ്കിലും ഒരിടത്ത് ചെന്നിരുന്ന് അവയെ എടുത്ത് ചുട്ടു തിന്നുന്നതാണ് അയാളുടെ രീതി. ഇങ്ങനെ ജീവിക്കുന്ന കുഞ്ഞിക്കേളു എങ്ങനെയാണ് ഉന്നതകുലത്തിൽപെട്ട മുകുന്ദനുമായി ഇത്രയ്ക്കും അടുത്ത ബന്ധം സ്ഥാപിച്ചെടുത്തത് എന്നത് അവിടുത്തുകാർക്കെല്ലാം ആശ്ചര്യം ഉളവാക്കിയിരുന്ന ഒരു കാര്യമായിരുന്നു.

'മാരണം' എന്ന ആഭിചാര കർമ്മമാണ് മുകുന്ദൻ ഇടയ്ക്ക് ചെയ്തിരുന്നത് എന്നാണ് കേട്ടറിവ്. കാളീപൂജയോടുകൂടി ആരംഭിക്കുന്നു മാരണ കർമ്മം. ഈ പൂജയ്ക്കുപയോഗികുന്നതാകട്ടെ, കൂടുതലായും മങ്ങിയ നിറമുള്ള പൂക്കളും. ഉപദ്രവകാരികളായ ശത്രുക്കളെ അഥവാ ബാധകളെ അവ വീണ്ടും ഉപദ്രവം ഉണ്ടാക്കുന്നതിൽ നിന്നും തടയുക എന്നതാണ് ഈ കർമ്മത്തിന്റെ പ്രധാന ഉദ്ദേശ്യം. ചില പ്രത്യേക ദിവസങ്ങളിൻ മാന്ത്രികത്തറയുടെ അഗ്നികോണിനഭിമുഖമായി ഇരുന്നുകൊണ്ട് കറുത്തവാവ്, കറുത്തപക്ഷത്തിലെ പഞ്ചമി, അഷ്ടമി എന്നീ ദിവസങ്ങളിലും ശനി, ചൊവ്വ, ഞായർ എന്നീ ദിവസങ്ങളിലും മാരണം സാധാരണയായി ചെയ്യാവൂ എന്നാണ് വിശ്വാസം. ഈ കർമ്മം നടക്കുന്ന സമയങ്ങളിൽ ഉടനീളം കരിങ്ങാലിച്ചമത (മുള്ളുകളുള്ള ഒരു ഇലപൊഴിയും വൃക്ഷമാണ് ഇത്) കടുകെണ്ണയിൽ മുക്കി ഹോമിക്കുകയാണ് ചെയ്യേണ്ടത്. ഈ കർമ്മം ചെയ്യുമ്പോൾ കഴുതപ്പല്ലുകൊണ്ട് നിർമ്മിച്ച ജപമാല ഉപയോഗിക്കുകയും പോത്തിൻ തോലിലിരിക്കുകയും ചെയ്യണം എന്ന് വിശ്വാസമുണ്ട്.

ഇത്തരം കർമ്മങ്ങളിൽ കളം വരയ്ക്കൽ ഒരു പ്രധാന ചടങ്ങുണ്ട്. പക്ഷേ മാട്ടൂട്ട് മാരണം, ദോഷപ്പണി എന്നീ പേരുകളിൽ അറിയപ്പെടുന്ന ദുർമന്ത്രവാദക്രിയകൾക്ക് കളം വരയ്ക്കാറില്ല. ഇത്തരം കർമ്മങ്ങൾക്ക് വേണ്ട പൂക്കളും എണ്ണ, തിപ്പലി, രാജിരക്തം, വിഷമുള്ളുള്ള ചമതകൾ, നീലഉമ്മം, കടലാടി, എരിക്ക്, ആട്ടിൻരോമം എന്നിവയ്ക്ക് പുറമേ, ആഭിചാര ഹോമത്തിന് മുകുന്ദൻ നിർദ്ദേശിക്കുന്ന ഏതൊരു വസ്തുവും മന്ത്രവാദത്തറയ്ക്ക് അടുത്തുവരെ എത്തിച്ച് നൽകിയിരുന്നത് കുഞ്ഞിക്കേളു ആയിരുന്നു. അയാൾ എല്ലാ വസ്തുക്കളും വലിയ രണ്ട് മാരണങ്ങൾക്ക് അരികിലായി കൊണ്ടുവെച്ചശേഷം, തൊട്ടടുത്തുള്ള കുറ്റിക്കാട്ടിൽ മറഞ്ഞിരിക്കും. കർമ്മങ്ങൾക്കുശേഷം മുകുന്ദൻ മന്ത്രവാദത്തറയിൽ വെയ്ക്കുന്ന പണവും എടുത്തുകൊണ്ട് കുടിയിലേക്കു പോകും.

മനയിലെ ആളുകൾ ആരും തന്നെ പ്രവേശിക്കാത്ത, തെക്കുഭാഗത്ത് ഇരട്ടകളെ പോലെയുള്ള ആ വലിയ രണ്ട് വൃക്ഷങ്ങൾക്ക് താഴെ കരിങ്കല്ലുകൊണ്ട് കെട്ടിയുണ്ടാക്കിയിട്ടുള്ള ദേശത്തുള്ളവർക്കിടയിൽ 'മന്ത്രവാദത്തറ' എന്ന് അറിയപ്പെട്ടിരുന്ന സ്ഥലത്താണ് മുകുന്ദൻ രാത്രിയിൽ ചെലവഴിച്ചിരുന്നത്. മുകുന്ദനെ ഏതുസമയത്തും അത് രാത്രിയെന്നോ പകലെന്നോ ഇല്ല മനപ്പറമ്പിന്റെ ഏതു ഭാഗത്തും കാണാം. അയാളെ കണ്ട് വല്ല മന്ത്രവാദമോ ദുർമന്ത്രവാദമോ ചെയ്യിക്കാൻ പോകുന്നവരാണ് മനയിലേക്കു പോകുന്ന ഈ രണ്ടാമത്തെ കൂട്ടർ.

പ്രത്യേക ചില ദിവസങ്ങളിൽ, അർദ്ധരാത്രിയിൽ സർപ്പക്കാവിലെ അഷ്ടനാഗങ്ങൾക്ക് മുന്നിലുള്ള കൽവിളക്കും തെളിച്ചുവെച്ച് കാവിൽനിന്നും നേരെ തെക്കേ മന്ത്രവാദത്തറ ലക്ഷ്യമാക്കിക്കൊണ്ടുള്ള മുകുന്ദന്റെ വളരെ വേഗത്തിലുള്ള ഒരു പോക്കുണ്ട്. കൈയിൽ ഒരു കുത്തുവിളക്കോ (നിലത്ത് കുത്തിനിറുത്തത്തക്ക വണ്ണം മുനയുള്ള തണ്ടോടുകൂടിയ ചെറിയ വിളക്ക്) അല്ലെങ്കിൽ ഒരു പന്തം. ഒരു കാവിൽനിന്നു മറ്റൊരു കാവിലേക്ക് ചൊവ്വാഴ്ച, വെള്ളിയാഴ്ച എന്നീ ദിവസങ്ങളിൽ പായുന്നതായി പറയപ്പെടുന്ന തേജഃപുഞ്ജം.

കാരമ്പത്തൂർ മനയെയും അവിടുത്തെ മുകുന്ദനെയും കുറിച്ച് അറിയാത്ത ഒരാൾ ആ കാഴ്ച കാണുകയാണെങ്കിൽ ഒരു 'തീ'ഗോളം പോകുന്നതായിട്ടാണ് കരുതുക. അയാൾ അത്രയ്ക്കും വേഗത്തിൽ പോകുന്നതിനുള്ള ഒരു പ്രധാന കാരണം തന്നെ മറ്റുള്ളവർ ആരും പെട്ടെന്ന് മനസ്സിലാക്കരുത് എന്നുള്ളതായിരുന്നു. മുകുന്ദൻ രാത്രികളിൽ പോകുന്നത് പലവട്ടം കണ്ടിട്ടുള്ള രണ്ടു വ്യക്തികൾ, ഒന്ന് മനയിലെ കാര്യസ്ഥൻ കേശവൻ, മറ്റൊരാൾ അടുക്കള ജോലികൾ ചെയ്തിരുന്ന ദേവകി. അവൾ ഒരേയൊരു തവണ മാത്രമേ അത് കണ്ടിട്ടുള്ളൂ. അതിനുശേഷം ഭയന്ന് സംസാരശേഷി നഷ്ടപ്പെട്ട് ദീർഘനാളത്തെ ചികിൽത്സയ്ക്കു ശേഷമാണ് സംസാരശേഷി തിരിച്ച് കിട്ടിയത്. എന്നിരുന്നാലും ആ ഭയം വർഷങ്ങൾക്ക് ശേഷവും പൂർണ്ണമായും മനസ്സിൽനിന്നും പോയിട്ടില്ല. ഇടയ്ക്കൊക്കെ രാത്രിയിൽ ഭയന്ന് നിലവിളിക്കുന്നത് അവളുടെ വീടിന് അയൽപക്കത്തുള്ളവർ പല തവണ കേട്ടിട്ടുണ്ട്.

ദേവകിക്ക് സംസാരശേഷി ഭാഗികമായി തിരിച്ചുകിട്ടിയ ശേഷം അന്നത്തെ ദിവസം സംഭവിച്ചതിനെക്കുറിച്ച് മനയിലെ കേശവൻ ആരാഞ്ഞപ്പോൾ, അയാളെ വല്ലാതെ തുറിച്ചു നോക്കിക്കൊണ്ട് മിണ്ടാതെ ഇരുന്നു. വർഷങ്ങൾക്കു ശേഷവും ആ ഭയം അവളുടെ കണ്ണിൽ പ്രകടമാകുന്നുണ്ടായിരുന്നു. ആദ്യമൊന്നും അതിനെക്കുറിച്ച് പറയാനോ ആ രാത്രിയെക്കുറിച്ച് ഓർക്കാനോ ദേവകിക്ക് മനസ്സില്ലായിരുന്നെങ്കിലും കേശവൻ വീണ്ടും വീണ്ടും നിർബന്ധിച്ചപ്പോൾ ദേവകി വിവരിച്ചത് ഇപ്രകാരമാണ്.

അന്നേ ദിവസം മനയിൽ കുറച്ച് അതിഥികൾ ഉണ്ടായിരുന്നു. അതിനാൽ തന്നെ ജോലിയെല്ലാം തീർന്നത് വളരെ വൈകിയാണ്. സാധാരണയായി അങ്ങനെയുള്ള ദിവസങ്ങളിൽ ദേവകിക്ക് അവളുടെ വീട്ടിലേക്ക് പോകണമെങ്കിൽ ആരുടെയെങ്കിലും സഹായം കൂടിയേ തീരൂ. കൂടുതലും മനയിൽ നിന്ന് ആരെങ്കിലും അവൾക്ക്

തുണയ്ക്ക് പോകാറാണ് പതിവ്. കാരണം അസമയങ്ങളിൽ മനയിലേക്ക് അന്യരാരും അങ്ങനെ പോകുക പതിവില്ല. ജോലി നേരത്തെ കഴിയുകയാണെങ്കിൽ കാര്യസ്ഥൻ കേശവൻ മനയ്ക്ക് പുറത്ത് അധികം ദൂരയല്ലാത്ത അവളുടെ വീട്ടിൽ കൊണ്ടു ചെന്നാക്കും. കൂടുതൽ വൈകിയാൽ അവൾ മനയിൽ തന്നെ തങ്ങാറാണ് പതിവ്. അടുക്കളക്കിണറിനോട് ചേർന്ന രണ്ടു മുറികളും ഒരു ശൗചാലയവും ഉള്ള ചായ്പ്പിൽ (കൂര താഴ്ത്തി കെട്ടിയുണ്ടാക്കിയ ചെറിയ പുര) താമസിക്കും. അന്നേ ദിവസം പുലർച്ചെതന്നെ കാര്യസ്ഥൻ കേശവൻ മാധവൻ തമ്പുരാനെയും കൂട്ടി മനയ്ക്ക് പുറത്ത് എങ്ങോട്ടോ പോയതാണ്. രാത്രിയായിട്ടും തിരിച്ചെത്തിയിട്ടില്ല. ആയതിനാൽ തന്നെ ദേവകി അവരുടെ വീട്ടിലേക്ക് പോയില്ല. ജോലിയെല്ലാം തീർത്ത് കുറച്ചു വൈകിയാണ് ഉറങ്ങാൻ കിടന്നത്. സമയം ഏകദേശം പതിനൊന്ന് മണി ആയിക്കാണും. മനയിൽ നിൽക്കുന്ന ദിവസങ്ങളിൽ ദേവകിയോട് കേശവൻ എന്നും വീണ്ടും വീണ്ടും ഓർമ്മിപ്പിക്കുന്ന ഒരു കാര്യം ഉണ്ടായിരുന്നു. പുറത്തു നിന്നും അവിചാരിതമായി എന്തെങ്കിലും ശബ്ദം കേൾക്കുകയോ തൊടിയിൽനിന്നും എന്തെങ്കിലും വെട്ടം കാണുകയോ ചെയ്താൽ അത് എന്താണെന്ന് നോക്കാൻ ഒന്നും തുനിയരുത്. നാമം ജപിച്ചുകൊണ്ട് കിടന്നേക്കണം.

ദേവകിയുടെ കണ്ണിൽ ഉറക്കം പിടിച്ച് വരുന്നതേയുണ്ടായിരുന്നുള്ളൂ. സമയം പ്പോഴേക്കും ഏതാണ്ട് രാത്രി പന്ത്രണ്ട് മണി കഴിഞ്ഞിരുന്നു. പുറത്തു ചെറിയ ചാറ്റൽ മഴയും നല്ല കാറ്റും വീശുന്നുണ്ട്. ജനലിന്റെ ഇടയിലൂടെ മിന്നലിന്റെ വെളിച്ചം ഇടയ്ക്കിടെ മുറിയുടെ ഉള്ളിലേക്ക് വന്നുപോകുന്നുണ്ടായിരുന്നു. അപ്പോഴാണ് ചായ്പിന് പുറകിലുള്ള തൊടിയിലൂടെ ആരോ ഒരു ചങ്ങല വലിച്ചുകൊണ്ട് ദൂരേക്ക് പോകുന്നതുപോലെയുള്ള ശബ്ദം കേട്ടത്. അകലേക്ക് പോകുന്തോറും ശബ്ദം കുറഞ്ഞു വന്നു. ദേവകി ആദ്യം കരുതിയത് തന്റെ തോന്നലാണെന്നാണ്. ശ്വാസം അടക്കിപിടിച്ചുകൊണ്ട് ചെവി കൂർപ്പിച്ച് കിടന്നു. കുറച്ച് സമയത്തിനുശേഷം അതുതന്നെ ആവർത്തിച്ചു കേൾക്കുന്നു. അവൾ ഉറപ്പാക്കി, അല്ല തന്റെ തോന്നലല്ല. തീർച്ചയായും എന്തോ ഉണ്ട്. പേടിച്ചുവിറച്ച് കൊണ്ട് കിടന്നിരുന്ന പായയുടെ അടുത്തായി കത്തിച്ച് വെച്ചിരുന്ന വിളക്കിന്റെ തിരി അല്പം കൂട്ടിവെച്ചുകൊണ്ട് കുറച്ചുനേരം ശ്വാസം അടക്കി പിടിച്ച് അനങ്ങാതെ കിടന്നു.

അന്ന് ഉച്ചതിരിഞ്ഞതിനു ശേഷം അവിടങ്ങളിലെല്ലാം ഇടയ്ക്കിടയ്ക്ക് മഴ പെയ്യുന്നതിനാൽ കറന്റ് നേരത്തെത്തന്നെ പോയി. സർവ്വ

ധൈര്യവും സംഭരിച്ചുകൊണ്ട് ദേവകി ആ ശബ്ദം എന്താണെന്ന് നോക്കാൻ തന്നെ തീരുമാനിച്ചു. സാവധാനം പായയിൽനിന്നും എണീറ്റ് വിളക്കും കൈയിലെടുത്ത് ജനലിന് ലക്ഷ്യമായി നീങ്ങി. മരം ഉപയോഗിച്ചുകൊണ്ടുണ്ടാക്കിയ ജനലാണ്. അതിനാൽ തന്നെ അത് തുറന്നാൽ മാത്രമേ പുറത്തുള്ളത് എന്തെങ്കിലും കാണാൻ പറ്റൂ.

കൈയിൽ ഉണ്ടായിരുന്ന വിളക്ക് ജനലിൽ വെച്ചശേഷം അവൾ ജനൽപാളി പതിയെ തുറന്നു. ശബ്ദം കേട്ടതായി തോന്നിയ ഭാഗത്തേക്ക് സൂക്ഷിച്ചു നോക്കി. ഒന്നും കണ്ടില്ല. പിന്നെ ചുറ്റും കണ്ണോടിച്ചു. മഴക്കാറുള്ളതിനാൽ പുറത്ത് നല്ല ഇരുട്ട് ആയിരുന്നതുകൊണ്ട് പ്രത്യേകിച്ച് ഒന്നും കാണാൻ കഴിഞ്ഞില്ല. പെട്ടെന്നുള്ള ഒരു മിന്നലും ഒപ്പം ഉണ്ടായ കാറ്റും തുറന്ന ജനൽപാളി വലിയ ശബ്ദത്തിൽ അടഞ്ഞു. കൈകൊണ്ട് വീണ്ടും അത് തള്ളിത്തുറന്ന് പുറകിലുള്ള ചുവരിൽ തൂക്കിയിട്ടുള്ള ഘടികാരത്തിലേക്ക് സമയം എത്രയായെന്ന് ഒന്ന് നോക്കാൻ തിരിഞ്ഞതും മുറിയുടെ ഭിത്തിയിൽ ജനാലയ്ക്ക് സമാന്തരമായി പിടിപ്പിച്ചിട്ടുള്ള വലിയ കണ്ണാടിയിൽ മിന്നലിന്റെ വെളിച്ചത്തിൽ ഒരാളുടെ മങ്ങിയ രൂപം. ഞെട്ടിത്തരിച്ചുകൊണ്ട് തിരിഞ്ഞു നോക്കിയ ദേവകി, വിളക്കിന്റെ മങ്ങിയ വെളിച്ചത്തിൽ ജനാലയ്ക്ക് അപ്പുറത്തായി മുകുന്ദൻ നിൽക്കുന്നതാണ് കണ്ടത്. കുറച്ച് പുറകിലായി ഒരു സ്ത്രീയുടേതെന്ന് തോന്നിക്കുന്ന രൂപവും ഉണ്ടായിരുന്നു. ഇരുട്ടായതിനാൽ അത് വ്യക്തമല്ലായിരുന്നു.

‘എന്താ ദേവകി ഈ അസമയത്ത് ജനലും തുറന്നിട്ടുകൊണ്ട് ചെയ്യുന്നത്. ഉറക്കമൊന്നും ഇല്ലേ’ എന്ന മാധവന്റെ ചോദ്യം കേട്ടതു മാത്രമേ ദേവകിക്ക് ഓർമ്മയുള്ളൂ. അവൾ ബോധരഹിതയായി വീണു. അടുത്ത ദിവസം അതിരാവിലെ തന്നെ കേശവൻ വന്ന് വാതിലിൽ തട്ടിവിളിച്ചിട്ടും വാതിൽ തുറക്കാതായപ്പോൾ, തുറന്നു കിടന്നിരുന്ന ജനൽപാളിയിലൂടെ അകത്തേക്ക് നോക്കി. കേശവൻ കണ്ടത് തറയിൽ ബോധരഹിതയായി കമഴ്ന്നു കിടക്കുന്ന ദേവകിയെയാണ്. വാതിൽ തള്ളിതുറന്ന് അകത്തു കയറി മുഖത്ത് വെള്ളം തെളിച്ചിട്ടും ഓർമ്മ വരാത്തതിനാൽ, ഉടനെത്തന്നെ മനയിലെ കാറും എടുത്ത് അവളെയുംകൊണ്ട് താലൂക്ക് ആശുപത്രിയിൽ എത്തി. ഡോക്ടർ ചികിത്സ നൽകിയതിനുശേഷം മാത്രമാണ് ഓർമ്മ വന്നത്. പക്ഷേ ഒന്നും സംസാരിക്കാൻ കഴിയുന്നുണ്ടായിരുന്നില്ല. എന്താണ് സംഭവിച്ചതെന്ന് കേശവൻ ചോദിച്ചപ്പോൾ, ഒന്നും പറയുന്നുണ്ടായിരുന്നില്ല.

തലേന്ന് രാത്രിയിൽ ഉണ്ടായ സംഭവത്തിൽ ഭയം മൂലം ഉണ്ടായതായിരിക്കണം ദേവകി എന്തോ പറയാൻ ശ്രമിക്കുന്നുണ്ട്. പക്ഷേ വാക്കുകൾ പുറത്തേക്കു വരുന്നില്ല. ഡോക്ടർ പറഞ്ഞത് എന്തെങ്കിലും കണ്ട് പേടിച്ചതായിരിക്കും എന്നാണ്. സാരമില്ല, കുറച്ചു കഴിഞ്ഞാൽ ശരിയാകും എന്ന് പറഞ്ഞു കേശവനെയും കൂടെ വന്നവരെയും സമാധാനപ്പെടുത്തി. കുറച്ചു സമയം എന്ന് ഡോക്ടർ വളരെ നിസ്സാരമായി പറഞ്ഞ സംസാരശേഷി, ശരിയാകാൻ വർഷങ്ങളുടെ ചികിത്സ വേണ്ടിവന്നു എന്നു മാത്രം. അന്നത്തെ ആ സംഭവത്തിനു ശേഷം ദേവകി മനയിലേക്ക് പോയിട്ടേയില്ല.

വർഷങ്ങൾക്കുശേഷം സംസാരശേഷി കുറച്ചൊക്കെ തിരിച്ചു കിട്ടി. എന്നാലും സംസാരിക്കുമ്പോൾ നല്ലതുപോലെ വിക്ക് ഉണ്ട്. ദേവകി മനയിലെ ജോലി നിറുത്തിയെങ്കിലും കാര്യസ്ഥൻ കേശവൻ ഇടയ്ക്കിടയ്ക്ക് വന്ന് അവളുടെയും കുടുംബത്തിന്റെയും വിശേഷങ്ങൾ തിരക്കുന്നുണ്ടായിരുന്നു. തിരിച്ച് മനയിലേക്ക് പോകുമ്പോൾ അയാൾ ചിലവുകൾക്കും ചികിത്സയ്ക്കുമായി കുറച്ചു പണവും നൽകുന്നതും പതിവായിരുന്നു. ദേവകിക്ക് സംസാരശേഷി തിരിച്ചു കിട്ടിയ വിവരം ആരോ പറഞ്ഞ് അറിഞ്ഞ കാര്യസ്ഥൻ കേശവൻ, ഒരു ദിവസം ദേവകിയെ കാണാൻ വന്നു. അയാൾ പഴയ ആ സംഭവത്തെക്കുറിച്ച് വീണ്ടും ചോദിച്ചപ്പോൾ ദേവകി മനസ്സില്ലാ മനസ്സോടെ പറഞ്ഞത് മറ്റൊന്നായിരുന്നു. “അന്ന് ഞാൻ ആ വിളക്കിന്റെ വെട്ടത്തിൽ ജനലിനു പുറകിലായി മുകുന്ദൻ അങ്ങുന്നിനെ മാത്രമല്ല കണ്ടത്, അദ്ദേഹത്തിന്റെ ഒരു കൈയിൽ ആ കുത്തുവിളക്കും മറ്റേ കൈയിൽ നീളത്തിൽ ഒരു ചങ്ങല പോലുള്ള എന്തോ ഒന്ന് ഉണ്ടായിരുന്നു. അതിന്റെ അടുത്ത അറ്റമാകട്ടെ പത്ത്, പതിനഞ്ച് അടി ദൂരം പുറകിലായി ഒരു സ്ത്രീയുടെ കൈയിലും കാലിലും ബന്ധിച്ചിട്ടുണ്ടായിരുന്നു. “ഒറ്റ നോട്ടം കണ്ടതുമാത്രമേ എനിക്ക് ഓർമ്മയുള്ളൂ.” ഇത്രയും പറഞ്ഞു ദേവകി കരയാൻ തുടങ്ങി. “ശരി, നീ ഇത് ഇനി മറ്റാരോടും പറയാനൊന്നും പോകേണ്ടാ” എന്ന് പറഞ്ഞുകൊണ്ട് കേശവൻ അവളെ സമാധാനിപ്പിച്ചശേഷം മനയിലേക്ക് പോയി.

ദേവകി പറഞ്ഞ വിവരങ്ങൾ കേശവൻ തമ്പ്രാൻ മാധവനെ അറിയിച്ചു. അത് കേട്ടതും രോഷാകുലനായ മാധവൻ, നേരെ മുകുന്ദന്റെ മൂന്നാം നിലയിലുള്ള മുറി ലക്ഷ്യമാക്കി പാഞ്ഞു. അയാൾക്ക് അത്രയ്ക്കും കോപം വരാൻ മറ്റൊരു കാരണവും ഉണ്ടായിരുന്നു. അയാളുടെ ആദ്യ ഭാര്യ മരണപ്പെട്ടതിനുശേഷം പല തവണ മുകുന്ദനെ, മാധവൻ താക്കീതു ചെയ്തിട്ടുള്ളതാണ് ഇത്തരം

ദുഷ്കർമ്മങ്ങൾ ഈ മനയിൽ മേലാൽ ചെയ്യരുതെന്ന് എന്നാൽ അതൊന്നും ചെവികൊള്ളാൻ മുകുന്ദൻ തയ്യാറായിരുന്നില്ല. അതിനുള്ള കാരണം അയാൾ പറഞ്ഞിരുന്നത് കാവിലും മന്ത്രവാദത്തറയിലുമായി താൻ പ്രതിഷ്ഠിച്ചിട്ടുള്ള ചില ഉഗ്രമൂർത്തികൾ ഉണ്ട്. അവയ്ക്ക് സമയാസമയങ്ങളിൽ കർമ്മങ്ങൾ ചെയ്തേ തീരൂ. അല്ലെങ്കിൽ അവ എന്നെയും ചിലപ്പോൾ ഈ മനയിലുള്ളവരെയും വകവരുത്തും എന്നാണ്. അയാൾ ദൃഢമായി വിശ്വസിച്ചിരുന്നു. ആ കാരണത്താലാണ് ഇന്നും അയാൾ ബ്രഹ്മചാരിയായി ജീവിക്കുന്നത് എന്നാണ് അയാളുടെ പക്ഷം.

വർഷങ്ങൾക്കു മുൻപ് മനയിലുള്ളവർ എല്ലാവരും കൂടി മുകുന്ദന്റെ സമ്മതം പോലും ആരായാതെ അയാളുടെ വേളി ഒരിക്കൽ നിശ്ചയിച്ചതായിരുന്നു. എന്നാൽ വേളി ഉറപ്പിച്ച സ്ത്രീ വേളിക്ക് കുറച്ച് ദിവസം മുൻപ് സർപ്പദംശനം ഏറ്റു മരിച്ചു. അത് തന്റെ മൂർത്തികളുടെ കോപമാണ് എന്നാണ് മുകുന്ദൻ പറഞ്ഞു നടന്നിരുന്നത്. അതിനുശേഷം ഇതുവരെ ആരും അയാളെ വേളിക്ക് നിർബന്ധിച്ചിട്ടില്ല.

മുറിയുടെ പുറത്ത് എത്തിയ മാധവൻ കൈയിലുള്ള വടി കൊണ്ട് വാതിലിൽ ഉറക്കെ തട്ടി. ശബ്ദം കേട്ട് പുറത്തു വന്ന മുകുന്ദനോട് മാധവൻ ചോദിച്ചു. "ദേവകി എല്ലാം തന്നോട് പറഞ്ഞു. യഥാർത്ഥത്തിൽ അന്ന് രാത്രി എന്താണ് സംഭവിച്ചത്?"

"എനിക്ക് ആരോടും വിശദീകരണം നൽകേണ്ട കാര്യമൊന്നുമില്ല. എന്നാലും അങ്ങ് എന്റെ ജ്യേഷ്ഠനായതുകൊണ്ട് മാത്രം ഞാൻ അങ്ങയുടെ വാക്കുകളെ മാനിക്കുന്നു. അതിനാൽ മാത്രം പറയാം. അന്നേ ദിവസം കോഴിക്കോട് അടുത്ത് എടവണ്ണ എന്ന സ്ഥലത്തു നിന്നും കുറച്ചു പേർ ഒരു യുവതിയെ കൂട്ടി എന്നെ കാണാൻ മനയിൽ വന്നിരുന്നു. ആ യുവതി അവരുടെ അനിയത്തിയാണെന്നാണ് പറഞ്ഞത്. എന്നെ കാണാൻ വരാനുള്ള കാര്യം എന്താണെന്ന് അന്വേഷിച്ചപ്പോൾ അവരിൽ ഒരാൾ പറഞ്ഞത് അവരുടെ അനുജത്തിക്ക് ബാധ കൂടിയതാണ് എന്നോ മറ്റുമാണ്. അങ്ങ് ഒന്ന് നോക്കി വേണ്ട പരിഹാര കർമ്മങ്ങൾ ചെയ്ത് അതിനെ ഒന്ന് ഒഴീച്ച് കളയണം എന്നും അപേക്ഷിച്ചു. നേരം വളരെ ഇരുട്ടിയാണ് അവർ ഇവിടെ എത്തിയതുതന്നെ. അന്ന് വൈകുന്നേരം മുതൽ നല്ല ചാറ്റൽമഴ ഉള്ളതുകൊണ്ട് ഇന്ന് കളം വരയ്ക്കാനും കർമ്മങ്ങൾ ചെയ്യാൻ കഴിയില്ലെന്ന് അവരോട് തീർത്തു പറഞ്ഞു. എന്നാൽ വളരെ ദൂരെ നിന്നാണ് വരുന്നതെന്ന് പറഞ്ഞ് അപേക്ഷിച്ചപ്പോൾ അവരെ മടക്കി അയയ്ക്കാൻ മനസ്സുവന്നില്ല. കർമ്മങ്ങൾ ചെയ്യുന്നതിനിടയിൽ

മന്ത്രവാദത്തറയിൽ നിന്നും പല തവണ ഇറങ്ങി ഓടിയ ആ യുവതി മന്ത്രവാത്തറയിലേക്ക് വരാൻ വിസമ്മതിച്ചപ്പോൾ അവളെ ഞാൻ ആദ്യം എന്റെ കൈയിൽ കിട്ടിയത് ഒരു ചങ്ങലയായിരുന്നു. ആ ചങ്ങലയിൽ ബന്ധിച്ചു കൊണ്ടുപോകുന്നതിനിടയ്ക്ക് ആ സ്ത്രീ പലതവണ ഓടിപ്പോകാൻ ശ്രമിച്ചു. അവളെ ഞാൻ പിടിച്ചുകൊണ്ടു വരുമ്പോഴാണ് തന്നെ ദേവകി കണ്ടത്." മുകുന്ദൻ മനയിലുള്ളവർക്ക് ഒരു താക്കിത് എന്നതുപോലെ പറഞ്ഞു. "ഉറങ്ങാൻ കിടന്നാൽ അത് തുടരണം, അല്ലാതെ തൊടിയിലെ ശബ്ദം അന്വേഷിച്ച് പോയാൽ കാണാൻ പാടില്ലാത്തത് ചിലതൊക്കെ കാണും. ചില പ്പോൾ കേൾക്കാൻ പാടില്ലാത്തത് പലതും കേട്ടെന്നും വരും. അത് അനുസരിക്കാത്തവരുടെ സ്ഥിതി ദേവകിയുടേതിനേക്കാൾ ചിലപ്പോ മോശമാകും. ഇത് ഈ മനയിലെ എല്ലാവർക്കും ബാധകമാണ്." അയാൾ ദേഷ്യപ്പെട്ടുകൊണ്ട് മനയിൽനിന്നും ഇറങ്ങിപ്പോയി.

രണ്ട്

ഇടവപ്പാതിയിലെ ആ ദിവസം ദേശത്തുള്ളവർ ചിലരൊക്കെ യെങ്കിലും ഉണരുന്നതുതന്നെ ഒരു മരണവാർത്തയും കേട്ടുകൊണ്ടാ യിരുന്നു. മനയിലെ കാടുപിടിച്ചുകിടക്കുന്ന സർപ്പക്കാവിനു അടു ത്തുള്ള, ആഴമുള്ള, ഉപയോഗശൂന്യമായ കുളത്തിന് നടുക്കുള്ള കിണ റിൽ, ഒരു സ്ത്രീയുടെ മൃതദേഹം ഉണ്ടെന്നറിഞ്ഞ് പുന്നയൂർക്കുളം പൊലീസ് സ്റ്റേഷനിലേക്ക് ഒരു ഫോൺ വരുന്നത്. ഫോൺ എടുത്ത താകട്ടെ, സബ് ഇൻസ്പെക്ടർ ട്രൈനി നവാസ് മുഹമ്മദ്. പൊലീസ് കുപ്പായമിട്ട് ഒരു മാസമാകുന്നതേയുള്ളൂ. അതിനാൽതന്നെ അതിന്റെ വിവരം അറിഞ്ഞപ്പോൾ അയാളിൽ ആദ്യം ഉണ്ടായത് അമ്പരപ്പാണ്. ഉടനെ തന്നെ സ്റ്റേഷനിലുള്ള രണ്ടു, മൂന്ന് പൊലീസുകാരേയും കൂട്ടി സംഭവസ്ഥലത്തേക്ക് ചെന്നു. കുളത്തിനു ചുറ്റും പ്രദേശവാസി കൾ കൂടിത്തുടങ്ങിയിട്ടുണ്ട്. വിവരം കേട്ടറിഞ്ഞവർ ഓരോരുത്ത രായി അവിടേക്കു വന്നുകൊണ്ടിരുന്നു. സംഭവസ്ഥലത്തെത്തിയ നവാസ് അവരെ എല്ലാം വകഞ്ഞു മാറ്റിക്കൊണ്ട് അയാൾ കിണറി നടുത്തെത്തി. ആറോ ഏഴോ ദിവസത്തിന്റെ പഴക്കം കാണും. പുഴു വരിച്ച് തുടങ്ങിയിരിക്കുന്നു. ചുറ്റും ദുർഗന്ധം വമിക്കുന്നുമുണ്ടായി രുന്നു. കിണറ്റിലേക്ക് നോക്കിയ നവാസ് കാണുന്നത് ഒരു സ്ത്രീ യുടേതിനോട് സാമ്യമുള്ള ഒരു കൈ മാത്രമാണ്. ബാക്കിഭാഗമെല്ലാം വെള്ളത്തിനടിയിലാണ്. രണ്ടു വളകൾ ആ കൈയിൽ ഇട്ടിരുന്നു.

മനയുടെ ഇപ്പോഴത്തെ അവകാശികളിൽ കുറച്ചുപേരുടെ നിർബന്ധപ്രകാരം അന്നേ ദിവസം കാവും പറമ്പുമെല്ലാം വൃത്തിയാക്കാൻ കാര്യസ്ഥൻ കേശവൻ ജോലിക്കാരെ ഏർപ്പെടുത്തിയിരുന്നു. പറമ്പിൽ പുല്ല് വെട്ടി വൃത്തിയാക്കാൻ വന്ന പണിക്കാരാണ് മൃതദേഹം ആദ്യം കാണുന്നത്. ജോലിക്കു വന്നവർ കുറച്ചു നേരമായി ശ്രദ്ധിക്കുന്നു. കാറ്റ് വീശുമ്പോൾ എല്ലാം വല്ലാത്ത ഒരു ദുർഗന്ധം, മനപ്പറമ്പിൽ കുറെ പാല മരങ്ങൾ ഉണ്ട്. അക്കാലത്ത് കന്നുകാലികൾ പ്രസവിച്ചാൽ ഉണ്ടാകുന്ന അവശിഷ്ടങ്ങൾ കുഴിച്ചിടുന്ന പതിവില്ല. ചാക്കിലാക്കി കൊണ്ടുപോയി പാലമരത്തിൽ കെട്ടി വെക്കുകയായിരുന്നു. ഈ ദുർഗന്ധം അതിന്റെ വല്ലതും ആകും എന്നാണ് ജോലിക്കാർ ആദ്യം കരുതിയത്. അവർ അവരുടെ ജോലി തുടർന്നുകൊണ്ടിരുന്നു. എന്നാൽ കുളത്തിൽ മീൻ വല്ലതും ഉണ്ടോ എന്ന് നോക്കാൻ പോയ പണിക്കാരിൽ ഒരാളാണ് ഒരു കൈ കുളത്തിലെ കിണറ്റിൽ കാണുന്നത്. ഭയന്ന് നിലവിളിച്ചുകൊണ്ട് ഓടിയ അയാൾ ആ ഓട്ടം നിർത്തിയതാകട്ടെ, തമ്പ്രാന്റെ വീടിന്റെ പടിപ്പുരയ്ക്ക് മുൻപിൽ. ഇടറിയ സ്വരത്തിൽ അയാൾ പറഞ്ഞു, "തമ്പ്രാനെ, തമ്പ്രാനെ, കുളത്തിലെ കിണറ്റിൽ ആരോ മരിച്ചു കിടക്കുന്നു."

തറവാടിന്റെ കോലായിൽ ചാരുകസേരയിൽ വെറ്റിലയും ചവച്ചുകൊണ്ട് കിടക്കുകയായിരുന്നു മാധവൻ. അയാൾക്ക് ആ വാർത്ത കേട്ട് വലിയ ആശ്ചര്യം ഒന്നും ഉണ്ടായില്ല. അയാൾ അവിടേക്ക് ഓടിവന്ന പണിക്കാരനോട് ചോദിച്ചു, "എന്തിനാടാ അതിന് നീ ഇത്രമാത്രം ഉച്ചത്തിൽ ചീറുന്നത്, നിന്റെ തള്ള ഒന്നുമല്ലല്ലോ ചത്തു കിടക്കുന്നത്. നീ പോയി നിന്നെ ഏൽപ്പിച്ച പണി സമയത്ത് തീർക്കാൻ നോക്ക്. എന്താ വേണ്ടത് എന്ന് വെച്ചാൽ ഞാൻ ചെയ്തോളാം." മാധവൻ മനയിലെ കാര്യസ്ഥൻ കേശവനോട് പറഞ്ഞു, "എടോ, താൻ ഈ വിവരം ആ പൊലീസ് സ്റ്റേഷനിലേക്കൊന്നു വിളിച്ചു പറഞ്ഞേക്ക്. അനന്തരവൻ സുകുമാരനെ കൂടി ഒന്ന് അറിയിച്ചേക്കണം."

"ശരി അങ്ങുന്നേ." അയാൾ ഉടൻ തന്നെ ആ വിവരം പൊലീസ് സ്റ്റേഷനിലും അനന്തരവനെയും വിളിച്ചു അറിയിച്ചു.

സംഭവസ്ഥലത്ത് എത്തിയ എസ്.ഐ നവാസിന്റെ കൂട്ടത്തിൽ ഉണ്ടായിരുന്ന എ.എസ്.ഐ സുഭാഷ് നിർദ്ദേശം കൊടുത്തതിന്റെ അടിസ്ഥാനത്തിൽ, കിണറിൽ നിന്നു മൃതദേഹം പുറത്തെടുക്കാനുള്ള നടപടികൾ ആരംഭിച്ചു. മൃതദേഹം പുറത്തു എടുക്കുക എന്നത് ശ്രമകരമായ ഒന്നാണെന്ന് അവിടെ കൂടി നിന്നവർ പതിഞ്ഞ സ്വരത്തിൽ പറയുന്നുണ്ടായിരുന്നു. അത് ശരിയാണെന്നു എസ്.ഐ

നവാസിന് ആദ്യ മാത്രയിൽ തന്നെ തോന്നിയിരുന്നു. കാരണം ചുറ്റുമതിലോ ചവിട്ടുപടിയോ ഇല്ലാത്ത കുളം. കിണറാണെങ്കിൽ കുളത്തിനു നടുവിലും. അതും ചെങ്കല്ല് വെട്ടി എടുത്തിട്ടുണ്ടാക്കിയിട്ടുള്ള കിണറും. വർഷങ്ങളായി വൃത്തിയാക്കിയിട്ടില്ല എന്നുള്ളത് കണ്ടാൽതന്നെ അറിയാം. അങ്ങനെയാണെങ്കിൽ, ധാരാളം ചെളിയും ഉണ്ടാകാൻ സാധ്യതയുണ്ട്. അതിനാൽ തന്നെ മൃതദേഹം എടുക്കാൻ കിണറ്റിൽ ഇറങ്ങാൻ വന്നവൻ ആദ്യം ഒന്ന് മടിച്ചു, എന്നാലും എസ്.ഐയുടെ നിർബന്ധപ്രകാരം മനസ്സില്ലാമനസ്സോടെ കിണറ്റിലേക്ക് ഇറങ്ങാൻ തീരുമാനിച്ചു. കുളത്തിന്റെ കരയിൽ ഉണ്ടായിരുന്ന വലിയ ഒരു പാലമരത്തിൽ കെട്ടിയ കയറിൽ പിടിച്ചു കിണറ്റിലേക്കിറങ്ങിയ ആൾ, ആദ്യം പിടിച്ചത് വെള്ളത്തിന് മുകളിലായി കണ്ട കൈയിൽ. അതോടെ ശരീര ഭാഗവും വെള്ളത്തിലേക്ക് താഴ്ന്നു പോയി. കിണറ്റിൽ ഇറങ്ങിയവൻ ഉടനെ തന്നെ ഇറങ്ങിയതിനേക്കാൾ വേഗത്തിൽ തിരിച്ചു കയറി എസ്.ഐ നവാസിനോട് വിളിച്ചു പറഞ്ഞു.

“സാറേ, എനിക്ക് ഒറ്റയ്ക്ക് കഴിയില്ല. സഹായത്തിനു ഒരാൾ കൂടി വേണം. മൃതദേഹം വെള്ളത്തിൽ കിടന്ന് ഭാരം കൂടിയിരിക്കുന്നു.”

അതു കേട്ട, കുളത്തിനു ചുറ്റും കൂടിയിരുന്ന ആൾക്കൂട്ടത്തിൽ നിന്നും ആരോ ഒരാൾ അയാളെ സഹായിക്കാൻ മുന്നോട്ടു വന്നു. “ഞാൻ ഇറങ്ങാം സാറേ.”

രാജൻ എന്ന ആളായിരുന്നു അത്. നാട്ടുകാരുടെ പ്രിയപ്പെട്ട സഖാവ് രാജേട്ടൻ. നാട്ടുകാരുടെ ഏതൊരാവശ്യത്തിനും മുൻപിൽ തന്നെ ഉണ്ടാവാറുള്ള ആളായതുകൊണ്ട്, രാജൻ എല്ലാവർക്കും സുപരിചിതനാണ്. രണ്ടുപേരും കൂടി മൃതദേഹം ഒരുവിധം കഷ്ടപ്പെട്ട് പുറത്തെടുത്തു കിടത്തി.

നവാസിനെ നോക്കിക്കൊണ്ട് രാജൻ ചോദിച്ചു, “സാറേ, ഇത് ഇപ്പോ രണ്ടു, നാലെണ്ണം ആയല്ലോ. ഇനിയും ഇതിന് ഒരു അവസാനവും ഇല്ലേ?”

അയാളുടെ ചോദ്യത്തിന്റെ അർത്ഥം നവാസിന് പൂർണ്ണമായും മനസ്സിലായില്ല. പക്ഷേ ഒരു കാര്യം നവാസ് മനസ്സിൽ കുറിച്ചു. അപ്പോൾ ഇത് ആദ്യത്തെ മരണമൊന്നുമല്ല. രാജന്റെ ചോദ്യം കേട്ട എ.എസ്.ഐ സുഭാഷ് സ്വകാര്യത്തിൽ നവാസിനോട് പറഞ്ഞു. “സാറേ, മനയിലെ മാധവന്റെ ആദ്യ ഭാര്യ മാലതിയും ഈ കിണറ്റിൽ വീണു തന്നെയാണ് മരിച്ചത്. അന്ന് വലിയ അന്വേഷണം

ഒന്നും ഉണ്ടായില്ല. അവരൊക്കെ വലിയ പ്രമാണിമാർ അല്ലേ. പോരാത്തതിന് നമ്മുടെ ഡി.വൈ.എസ്.പി സുകുമാരൻ സാറിന് ഈ മനയുമായി ആഴത്തിലുള്ള എന്തോ ബന്ധം ഉണ്ടെന്ന് തോന്നുന്നു."

നിലത്തു കിടത്തിയ മൃതദേഹത്തെ നവാസ് വ്യക്തമായി പരിശോധിക്കാൻ തുടങ്ങി. ഇരുപത്തിയഞ്ച് വയസ്സ് ഉണ്ടാകാനാണ് സാധ്യത. പിന്നെ വെള്ളത്തിൽ കിടന്നതു കൊണ്ട് ശരീരം ചീർത്തിട്ടുണ്ട്. അതിനാൽ കൃത്യമായി ഒരു അനുമാനത്തിൽ എത്താനും കഴിയുന്നില്ല. പുതിയ ജോലിയിലെ പരിചയസമ്പത്തും കുറവാണല്ലോ. കാലിൽ കൊലുസും മുക്കുത്തിയും ഇട്ട ഒരു യുവതിയുടേതാണ് മൃതദേഹം. ഉടനെ തന്നെ നവാസ് സ്റ്റേഷനിലേക്ക് വിളിച്ചു അന്വേഷിച്ചു, ഈ അടുത്ത ദിവസങ്ങളിൽ ഏതെങ്കിലും മാൻ മിസ്സിങ്ങ് കേസ് റിപ്പോർട്ട് ചെയ്തിട്ടുണ്ടോ എന്ന്. എന്നാൽ 'ഇല്ല സാറേ' എന്നായിരുന്നു തിരിച്ചുള്ള മറുപടി. വീണ്ടും സൂക്ഷിച്ചു നോക്കിയപ്പോഴാണ് മൃതദേഹത്തിന്റെ കൈത്തണ്ടയിൽ എന്തോ എഴുതിയിട്ടുള്ളത് നവാസിന്റെ കണ്ണിൽ പെട്ടത്. അക്ഷരങ്ങൾ അത്ര വ്യക്തമല്ല. പച്ചകുത്തിയിട്ടുള്ളതാണെന്നു തോന്നുന്ന തരത്തിൽ എന്തോ ആയിരുന്നു അത്.

ആൾക്കൂട്ടത്തിലുള്ള ആരോ പറഞ്ഞു. "സാറേ കന്നടയിൽ ആർ.രാജു എന്നാണ് എഴുതിയിട്ടുള്ളത്. അത് അവ്യക്തമായി മാത്രമേ കാണുന്നുള്ളൂ."

നവാസ് കൂടെ ഉണ്ടായിരുന്ന പൊലീസുകാരോട് ആൾക്കൂട്ടത്തെ മാറ്റാൻ നിർദ്ദേശിച്ചു. പ്രാഥമിക പരിശോധനയിൽ തന്നെ മൃതദേഹം ഒരു കന്നഡക്കാരിയുടേതാണ് എന്ന നിഗമനത്തിൽ നവാസ് എത്തിച്ചേർന്നു. ഇൻക്വസ്റ്റ് തയ്യാറാക്കി, അപ്പോഴേക്കും നവാസ് കുറച്ച് മുൻപ് അറിയിച്ചതനുസരിച്ച് മൃതശരീരം പോസ്റ്റുമോർട്ടം ചെയ്യുന്നതിനുവേണ്ടി കൊണ്ടുപോകുവാനുള്ള ആംബുലൻസ് എത്തിയിരുന്നു. മൃതദേഹം അതിൽ കയറ്റി വിട്ടശേഷം അയാൾ സ്റ്റേഷനിലേക്കു മടങ്ങി.

മടക്കയാത്രയിൽ നവാസിന്റെ മനസ്സിൽ ഒന്ന് രണ്ടു ചോദ്യങ്ങൾ അയാളെ വല്ലാതെ അലട്ടിക്കൊണ്ടിരുന്നു.

1. ആരാണ് ആ സ്ത്രീ?

2. എങ്ങനെയാണ് അവൾ ആരും പെട്ടെന്ന് എത്തിപ്പെടാത്ത ആ സ്ഥലത്ത് എത്തിയത്?

ഒരു കാര്യം നവാസ് ശ്രദ്ധിച്ചിരുന്നു. ആ മരണം നടന്ന കുളത്തിനു ചുറ്റും ഇത്രയും പ്രദേശവാസികൾ കൂടിയിട്ടും മനയിലെ

ഒരാളെ പോലും അവിടെ കണ്ടില്ല. ഒരുപക്ഷേ പൊലീസ് ജീവിതത്തിൽ ആദ്യമായി ഉണ്ടായ സംഭവം ആയതുകൊണ്ടാകാം അയാൾക്ക് അനാവശ്യ ചിന്തകൾ ഉണ്ടായത്. അസ്വാഭാവിക മരണം ആയിരുന്നിട്ടുപോലും ഇൻസ്പെക്ടർ നവാസിന് മേലാധികാരി ഡി.വൈ.എസ്.പി സുകുമാരൻ സാറിൽ നിന്നും കിട്ടിയ ഉത്തരവ് കുളത്തിൽ കുളിക്കാനോ കൈകഴുകാനോ ഇറങ്ങിയപ്പോൾ അബദ്ധത്തിൽ കാൽ തെറ്റി വീണ് സംഭവിച്ച മുങ്ങി മരണം എന്ന് എഴുതി കേസ് ഫയൽ ക്ലോസ് ചെയ്യാനല്ലാതെ അതിന് പിന്നാലെ കൂടുതൽ അന്വേഷണത്തിനൊന്നും പോകേണ്ട എന്നാണ്. എന്നാൽ അതിൽ അയാളുടെ മനസ്സാക്ഷി അതിനു അനുവദിച്ചില്ല. നവാസിന്റെ സംശയം മുഴുവൻ മനയിലെ മാധവനെ ചുറ്റിപ്പറ്റി ആയിരുന്നു. അറിഞ്ഞിടത്തോളം സ്ത്രീ വിഷയത്തിൽ അയാൾ അത്ര വെടിപ്പുമല്ല.

ഇനി ഈ മരണത്തിൽ അയാൾക്ക് എന്തെങ്കിലും പങ്ക് ഉണ്ടായിരിക്കുമോ?

മാത്രമല്ല, ഡി.വൈ.എസ്.പി. സുകുമാരൻ സാർ തിടുക്കത്തിൽ ഇത് സ്വാഭാവിക മരണമാണെന്ന് വരുത്തി തീർക്കാൻ ശ്രമിക്കുന്നത് എന്തിനാണ്. പ്രഥമദൃഷ്ടിയിൽ അതൊരു സ്വാഭാവിക മരണമായി എല്ലാവർക്കും തോന്നുമെങ്കിലും നവാസിന് മാത്രം അതിൽ ഒരു അസ്വാഭാവികത തോന്നാൻ കാരണം എങ്ങനെ അവൾ മനയിലെ കിണറിനടുത്തുവരെ എത്തി എന്നുള്ളതുതന്നെയായിരുന്നു. അതുകൊണ്ടാണ് നവാസ് ഡി.വൈ.എസ്.പി. സുകുമാരൻ പോലും അറിയാതെ മൃതദേഹം പോസ്റ്റ്മോർട്ടത്തിന് അയച്ചത്.

അടുത്ത ഒന്നു, രണ്ടു ദിവസങ്ങൾ അയാൾക്ക് നല്ലതുപോലെ ഉറങ്ങാൻപോലും കഴിഞ്ഞില്ല വല്ലാത്ത ഒരു മാനസിക സംഘർഷം. കൂടാതെ രാജന്റെ ആ ചോദ്യവും. എന്തോ ഇതിനെ ചുറ്റിപ്പറ്റിയുണ്ട് എന്ന് നവാസിന് തീർച്ചയാണ്. ഒരുപക്ഷേ പൊലീസ് ഇൻസ്പെക്ടറായി ആദ്യം ഉണ്ടായ സംഭവമായതുകൊണ്ടാകാം. അയാൾ സമാന്തരമായ ഒരു അന്വേഷണം നടത്താൻ തീരുമാനിച്ചത്.

പൊലീസ് സ്റ്റേഷനിലെ ക്രൈം കാർഡിൽ കാണാതായവരുടെ പട്ടികയിൽ സമാനമായ സ്ത്രീകളില്ല. അന്വേഷണം അടുത്തുള്ള മറ്റു സ്റ്റേഷനുകളിലും സ്വകാര്യമായി നടത്തി. അവിടെയും ഒരു സൂചനയും കണ്ടെത്താനായില്ല. മരണത്തെക്കുറിച്ച് രണ്ടു ദിവസം ആയിട്ടും ആർക്കും തന്നെ ഒരു പരാതി പോലുമില്ല. ഓരോ ദിവസം കഴിയും തോറും ആ സ്ത്രീയുടെ വികൃതമായ മുഖം നവാസിനെ വല്ലാതെ അലട്ടിക്കൊണ്ടിരുന്നു. ഒഫീഷ്യലായി അന്വേഷണം

നടത്താനും കഴിയാത്ത സ്ഥിതിയാണ്. അത് ട്രെയ്നിങ് സമയത്ത് മേലധികാരിയുടെ വാക്ക് കേൾക്കാതിരുന്നാൽ കൂടുതൽ വിഷയത്തെ വഷളാക്കും എന്ന് നവാസിന് കൃത്യമായി അറിയാമായിരുന്നു. അതിനാൽ വേറെ ഒന്നും നോക്കിയില്ല, ലീവ് എഴുതി യൂണിഫോം അഴിച്ചു വെച്ച് ഒരു ബൈക്കിൽ പലയിടത്തായി അലഞ്ഞു. പല രോടായി അന്വേഷിച്ചു മരിച്ച സ്ത്രീയെക്കുറിച്ച്. ഒരു തുമ്പും കിട്ടുന്നില്ല.

പുന്നയൂർക്കുളത്തുകൂടി കടന്നുപോകുന്ന പ്രധാന പാതയിലൂടെ അന്വേഷണത്തിന്റെ ഭാഗമായി പോകുമ്പോഴാണ് പ്രധാന പാതയ്ക്കരികിലായി ഒരു ചായക്കടയിൽ വെച്ച് നവാസ് യാദൃച്ഛികമായി സഖാവ് രാജനെ കാണുന്നത്. ഒരു ചായക്കട നടത്തുകയാണ് അയാൾ. നവാസിനെ കണ്ടമാത്രയിൽ രാജൻ ചോദിച്ചു. “എന്താ സാറേ ഈ വഴിക്കൊക്കെ. അതും ബൈക്കിൽ യൂണിഫോം ഒന്നും ഇല്ലാതെ. എന്നെ ഓർമ്മയുണ്ടോ സാറിന്. ഒരാഴ്ച മുൻപ് ഞാനാണ് ആ മനയുടെ കിണറ്റിൽനിന്ന് ആ സ്ത്രീയുടെ മൃതദേഹം കയറ്റാൻ സഹായിച്ചത്.”

നവാസ് ചെറുചിരിയോടെ പറഞ്ഞു, “തന്നെ അത്രയ്ക്ക് പെട്ടെന്ന് മറക്കാൻ പറ്റോ. ഇന്നത്തെ എന്റെ ഈ അലച്ചിലിന് തനിക്കും ഒരു വലിയ പങ്കുണ്ടല്ലോ.”

അവർ തമ്മിലുള്ള സംഭാഷണത്തിനിടയിൽ എവിടെവെച്ചോ രാജന്റെ വർത്തമാനത്തിൽ നിന്നാണ് നവാസിന് താൻ അന്വേഷിക്കുന്ന കേസുമായി ബന്ധപ്പെട്ടിട്ടുള്ള ഒരു വിവരം ലഭിച്ചു.

രാജൻ തുടർന്നു, “സാറേ, ആ മൃതദേഹം കണ്ട കുളത്തിന് ഏകദേശം ഒരു കിലോമീറ്റർ ദൂരത്തിൽ മെയിൻറോഡിൽ പുറമ്പോക്കുഭൂമിയിൽ ഭാര്യയും ഭർത്താവും രണ്ട് മക്കളും അടങ്ങുന്ന ഒരു നാടോടി കുടുംബം ഒരു ടെന്റ് കെട്ടി താമസിച്ചിരുന്നതായി കണ്ടിരുന്നു. പതിനഞ്ചു ദിവസമേ ആയിട്ടേയുള്ളൂ ഇവിടെ വന്നിട്ട്. അതുകൊണ്ടുതന്നെ അധികം ആർക്കും അവരെക്കുറിച്ച് കൂടുതൽ വിവരം അറിയാൻ വഴിയില്ല. ഇപ്പൊ കുറച്ചു ദിവസമായി അവരെ ആരെയും അവിടെ കാണുന്നുമില്ല.”

പിന്നെ ആ വഴിക്കായി നവാസിന്റെ അന്വേഷണം. ടെന്റ് ഇപ്പോഴും അവിടെ തന്നെയുണ്ട്. നവാസ് അതിനുള്ളിൽ കയറി പരിശോധിച്ചു. അതിൽ ആരും ഇല്ല. പ്ലാസ്റ്റർ ഓഫ് പാരീസിൽ വിഗ്രഹങ്ങളും മറ്റ് ഏതൊക്കെയോ രൂപങ്ങളും ഉണ്ടാക്കി വിറ്റിരുന്നവരാണ് അവർ എന്ന് തോന്നി. കാരണം ടെന്റിനുള്ളിൽ ഒരു മൂലയിൽ എന്തോ ഒന്ന് മൂടിയിട്ടിരിക്കുന്നത് നവാസിന്റെ ശ്രദ്ധയിൽ

പെട്ടു. തുറന്നു നോക്കിയപ്പോൾ വഴിയരികിൽ വിൽക്കാൻ ഉണ്ടാക്കി വെച്ചിരിക്കുന്ന കുറച്ചു രൂപങ്ങളാണ്. മഴയായതുകൊണ്ടു നനയാതിരിക്കാൻ നല്ലവണ്ണം കെട്ടി വെച്ചിരിക്കയാണെന്നു മാത്രം. അയാൾ അവിടെനിന്നും പുറത്തിറങ്ങി. അന്വേഷണം എങ്ങും എത്താത്ത അവസ്ഥ, ടെന്റ് ഉണ്ടായിരുന്നതിനടുത്തുള്ള ഒന്ന് രണ്ടു വീടുകളിൽ കയറി അവിടെ താമസിച്ചിരുന്ന കുടുംബത്തെക്കുറിച്ച് ചോദിച്ചു. ആർക്കും വലിയ അറിവൊന്നുമില്ല. നവാസ് മനസ്സിൽ പറയുന്നുണ്ടായിരുന്നു "പടച്ചവനേ എന്തിനെക്കുറിച്ച് അന്വേഷിച്ചാലും കറങ്ങിത്തിരിഞ്ഞ് തുടങ്ങിയടത്തുതന്നെ വന്നു നിൽക്കുന്നു."

അടുത്ത ദിവസം എന്നത്തേയും പോലെ തന്നെ നവാസ് രാവിലെ ബൈക്കുമെടുത്ത് ഇറങ്ങി നേരെ പോയത് രാജന്റെ ചായക്കടയിലേക്കാണ്. അന്ന് അവിടെ രാജൻ ഉണ്ടായിരുന്നില്ല. അങ്ങനെയുള്ള സമയങ്ങളിൽ രാജന്റെ ഭാര്യയും മകളുമാണ് അവിടെ ഉണ്ടാകാറുണ്ടായിരുന്നത്.

"രാജൻ ഇല്ലേ?"

നവാസ് ചായക്കടയിൽ കണ്ട സ്ത്രീയോട് ചോദിച്ചു.

"സാറ് ഇരിക്ക്. രാജേട്ടൻ ഇപ്പോ വരും. ഇവിടെ അടുത്ത് എവിടേക്കോ പോയതാണ്." രാജന്റെ ഭാര്യ പറഞ്ഞു.

നവാസ് ചായക്കടയിലെ ബഞ്ചിൽ ഇരുന്നു മൃതദേഹത്തിന്റെ ഫോട്ടോസ് ഡയറിയിൽനിന്നും എടുത്തു കടയിലെ ബഞ്ചിൽ വെച്ച ശേഷം അയാളുടെ ഡയറിയിൽ എന്തോ എഴുതുന്ന സമയത്താണ് രാജന്റെ മകൾ ബഞ്ചിൽ ഇരുന്ന ഫോട്ടോ ശ്രദ്ധിക്കുന്നത്. അവൾ ബഞ്ചിന്റെ അടുത്ത് ചെന്നുനിന്ന് ആ ഫോട്ടോ വീണ്ടും വീണ്ടും നോക്കി. പെട്ടെന്ന് അവളുടെ അമ്മയുടെ അടുത്തേക്കോടി അമ്മയോട് പറഞ്ഞു. "ആ ഫോട്ടോയിലെ കൈയിൽ എഴുതിയതുപോലെ ഒന്ന് റോഡരികിൽ താമസിച്ചിരുന്ന ചേച്ചിയുടെ കൈയിലും ഉണ്ട്."

രാജന്റെ ഭാര്യയും മകളും മിക്ക ദിവസങ്ങളിലും കടയിലേക്ക് വരുന്നത് പാതയോരത്തുകൂടി നടന്നാണ്. ഇവർ വരുന്ന വഴിയുടെ അരികിൽ തന്നെയാണ് ആ ടെന്റും ഉണ്ടായിരുന്നത്. രണ്ടു നാലു തവണ രാജന്റെ മകൾ അവരെ കണ്ടിട്ടുണ്ട്. രാജന്റെ മകൾ അവളുടെ അമ്മയോട് പറയുന്നത് കേട്ട നവാസ് ഉടനെ തന്നെ അവളുടെ അരികിലേക്ക് ചെന്ന് വളരെ സൗമ്യമായി ചോദിച്ചു.

"മോൾക്ക് അവരുടെ പേരോ മറ്റെന്തെങ്കിലും അവരെക്കുറിച്ച് അറിയാമോ" എന്ന്.

“ഇല്ല സാറേ, എനിക്ക് കൂടുതലായിട്ടൊന്നും അറിയില്ല. അവർ നാലു പേരല്ലാതെ അവരുടെ കൂടെ ഒരു ദിവസം കുറച്ചു പേരെ കൂടി ഞാൻ അതിലൂടെ പോകുമ്പോൾ കണ്ടിട്ടുണ്ട്.”

അത്രയും തുമ്പു ലഭിച്ചു. പക്ഷേ അവർ ആര് എന്ന ചോദ്യം നവാസിനെ വിടാതെ പിന്തുടർന്നു. അപ്പോഴേക്കും രാജൻ വന്നു. “സാർ എപ്പോൾ എത്തി?”

ഒരു ദിവസത്തെ പരിചയമേ രാജനും നവാസും ഉള്ളൂവെങ്കിലും ആ ദിവസത്തെ സംഭാഷണത്തിൽ തന്നെ അവർക്കിടയിൽ ഒരു നല്ല സൗഹൃദം ഉടലെടുത്തിരുന്നു.

“ഞാൻ ഇപ്പോ വന്നതേയുള്ളൂ രാജാ, ആ കേസിന്റെ അന്വേഷണവുമായി രാവിലെ തന്നെയിറങ്ങിയതാണ്.” നവാസ് പറഞ്ഞു.

ചായക്കടയിൽ ഉണ്ടായ കാര്യങ്ങൾ നവാസ് രാജനോട് പറയുന്നു, “ടോ രാജൻ, ആ മരിച്ച സ്ത്രീ റോഡരികിൽ ഉള്ള ടെന്റിൽ താമസിച്ചിരുന്നതായിരുന്നെന്നാണ് തന്റെ മകൾ പറയുന്നത്. അവരുടെ കൈയിൽ മൃതദേഹത്തിന്റെ കൈയിൽ ഉണ്ടായിരുന്ന പോലത്തെ എഴുത്ത് അവൾ കണ്ടിട്ടുണ്ടായിരുന്നത്രെ.”

ഉടൻ തന്നെ രാജൻ അത് തിരുത്താൻ ശ്രമിച്ചു. “സാറേ, അവൾ കുട്ടിയല്ലേ. അവൾക്കു എന്ത് അറിയാനാ. അവൾക്കു ചിലപ്പോൾ തോന്നിയതായിരിക്കും.”

“അല്ല അച്ഛാ, ഞാൻ ശരിക്കും കണ്ടിട്ടുണ്ട്.” അവൾ ഇടയ്ക്കു കയറി പറഞ്ഞു. “ഇവിടെ ചായയും പലഹാരവും വേടിക്കാൻ വന്നപ്പോഴും ആ ചേച്ചിയുടെ കൈയിൽ ഇതുപോലെ ഒന്ന് ഞാൻ കണ്ടിട്ടുണ്ട്.”

നവാസ് തുടർന്നു. “രാജാ, താൻ പേടിക്കേണ്ട. ഞാൻ ഇത് എവിടെയും രേഖപ്പെടുത്താനൊന്നും പോകുന്നില്ല.”

നവാസ് രാജന്റെ തോളിൽ പതിയെ രണ്ട് തട്ട് തട്ടിക്കൊണ്ട് അയാൾ കടയിൽ നിന്ന് ഇറങ്ങാൻ തുടങ്ങി.

“ഞാൻ പോയി നാടോടികൾ തങ്ങുന്ന സ്ഥലങ്ങളിലൊക്കെ ഒന്ന് അന്വേഷിച്ചുനോക്കട്ടെ. എന്തെങ്കിലും വിവരം കിട്ടിയാലോ.”

“ബൈക്കിന്റെ കീ ഇങ്ങുതാ സാറേ, ഞാനും വരാം. ഒറ്റയ്ക്ക് പോകേണ്ട.”

അവർ രണ്ടു പേരും കൂടി ചാവക്കാട്, എടക്കഴിയൂർ, വെളിയൻകോട് എന്നീ സ്ഥലങ്ങളിലെല്ലാം മരിച്ച ആ സ്ത്രീയെപ്പറ്റി അന്വേഷിക്കാൻ തുടങ്ങി.

നാടോടികൾ താമസിക്കുന്ന എല്ലാ ടെന്റുകളിലും കയറിയിറങ്ങി. പലരോടും ചോദിച്ചു. കൈയിലുള്ള അവ്യക്തമായ ഫോട്ടോയും കാണിച്ചു നോക്കി. അന്വേഷണത്തിനിടയിൽ യാദൃച്ഛികമായി "സാർ, ഇത് ശോഭ ചേച്ചിയാണ്. അവർക്ക് രണ്ടു കുട്ടികളും ഉണ്ട്. ഞാൻ അവരുമായി കളിക്കാറുണ്ടായിരുന്നു" ഒരു നാടോടി പെൺകുട്ടി പറഞ്ഞു. ചാവക്കാട് വെച്ച് അന്വേഷണത്തിന് ഇടയിൽ റോഡരികിൽ താമസിക്കുന്ന ഒരു നാടോടി പെൺകുട്ടിയാണ് ഇത് നവാസിനോട് പറഞ്ഞത്. ഈ കുട്ടി നേരത്തെ ഗുരുവായൂരിൽ ആയിരുന്നു താമസിച്ചിരുന്നത്. എട്ടാം ക്ലാസുവരെ പഠിച്ചിട്ടുണ്ട്. ഭിക്ഷാടനത്തിനിടെ ലോറി ഇടിച്ച് ഒരു കാല് നഷ്ടമായ ജാനകിയുടെ മകളാണ് ആ പെൺകുട്ടി. ശോഭ. കുറച്ചു കാലം ഇവരോടൊപ്പം ഗുരുവായൂരിൽ താമസിച്ചിട്ടുണ്ട് എന്നല്ലാതെ, ശോഭയുടെ നാട്ടിലെ വിലാസമോ കുടുംബക്കാരെക്കുറിച്ചോ ഒന്നും കൂടുതൽ വിവരങ്ങൾ അവർക്കും അറിയില്ല. പോകുന്നതിനുമുമ്പ് നവാസ് തന്റെ നമ്പർ എഴുതി ജാനകിയുടെ മകളെ ഏൽപിച്ചശേഷം, എന്തെങ്കിലും കൂടുതൽ വിവരം കിട്ടിയാൽ വിളിക്കാൻ പറഞ്ഞ് അവർ പോയി.

ഒരു പേര് അല്ലാതെ വേറെ ഒന്നും അറിയില്ല. സകല പ്രതീക്ഷയും അവസാനിച്ചു എന്ന് കരുതി വീട്ടിലേക്കു മടങ്ങുന്നതിനിടയിൽ നവാസിന്റെ ഫോണിലേക്കു ഒരു കാൾ വരുന്നു. അങ്ങേ തലയ്ക്കൽ ജാനകിയായിരുന്നു. "സാറേ, ശോഭ മുൻപൊരിക്കൽ വിളിച്ച ഒരു ഫോൺ നമ്പർ എന്റെ കൈയിൽ ഉണ്ട്. സാറിന് എന്തെങ്കിലും ഉപകാരം ഉണ്ടാകുമോ എന്നറിയില്ല." നമ്പർ കിട്ടിയപ്പോൾ ശോഭ ആരാണെന്ന് കണ്ടെത്താനാകുമോ എന്ന പ്രതീക്ഷയായി നവാസിന്.

ഇതിനിടയിൽ അപ്രതീക്ഷിതമായി പൊലീസ് സ്റ്റേഷനിൽ നിന്ന് ഒരു ഫോൺ വരുന്നു. "സാർ എ.സ്.ഐ സുഭാഷാണ്. ആ മൃതദേഹത്തിന്റെ പരിശോധന റിപ്പോർട്ട് വന്നു. താങ്കൾ മാത്രം അന്ന് കരുതിയതുപോലെ തന്നെ സംഭവിച്ചിരിക്കുന്നു. അതൊരു മുങ്ങിമരണം ഒന്നുമല്ല, ശ്വാസം മുട്ടിയുള്ള മരണമാണ്." കൂടാതെ സുഭാഷ് ഒരു കാര്യം കൂടി പറഞ്ഞു. "സാർ, ആ റിപ്പോർട്ട് വന്നതിനു പിന്നാലെ ഡി.വൈ.സ്.പി. സുകുമാരൻ സർ സ്റ്റേഷനിൽ വന്നിരുന്നു. കാര്യം എന്താണെന്നു അറിയില്ല. സി.ഐ സാറുമാറി കേസിനെക്കുറിച്ചാണെന്നു തോന്നുന്നു. എന്തൊക്കെയോ സംസാരിക്കുന്നുണ്ടായിരുന്നു. ഉടനെ തന്നെ സി.ഐ സാറിനെയും കൂട്ടി ജീപ്പ് ഡ്രൈവറെ ഒഴിവാക്കിക്കൊണ്ട് പുറത്തുപോകുന്നത് കണ്ടു. ഡി.വൈ.എസ്.പി സുകുമാരൻ സാറിനു മനയിലെ മാധവനുമായി

എന്തോ ബന്ധം ഉണ്ടെന്നു തോന്നുന്നു സാർ. അല്ലാതെ ഇത്രയും ധൃതിപിടിച്ച് അദ്ദേഹം ഇവിടെ വരെ വരേണ്ട കാര്യം ഒന്നുംതന്നെ ഇല്ല. സുകുമാരൻ സാർ വല്ലാതെ അസ്വസ്ഥനായിട്ടാണ് എനിക്ക് തോന്നിയത്."

നവാസ് ആശയക്കുഴപ്പത്തിലായി. ഈ കേസ് വല്ലാത്തൊരു തലത്തിലേക്കാണല്ലോ പോകുന്നത് എന്നയാൾ ചിന്തിച്ചു. എന്നാലും അന്വേഷണവുമായി മുമ്പോട്ടുപോകുവാൻ തന്നെ തീരുമാനിച്ചു. മേലധികാരിയും നാട്ടുകാരിൽ പലരും സ്വാഭാവികം എന്നു പറഞ്ഞ് തള്ളിയ ഒരു മരണം, ഒരു പൊലീസുകാരന്റെ മാത്രം നിർബന്ധത്തിൽ പോസ്റ്റ്മോർട്ടം ചെയ്യാൻ അയച്ച നവാസ് മുഹമ്മദ്ട്ട് ആണ് ശരി എന്ന് തെളിഞ്ഞിരിക്കുന്നു.

അടുത്തദിവസം തന്നെ നവാസ് ലീവ് അവസാനിപ്പിച്ച് ജോലിക്കു കയറി, അയാൾ രണ്ടും കല്പിച്ചായിരുന്നു. പോസ്റ്റ്മോർട്ടം റിപ്പോർട്ട് അനുസരിച്ച് സ്വാഭാവിക മരണം അല്ലാത്തതിനാൽ തനിക്ക് ഈ കേസ് ഔദ്യോഗികമായി തന്നെ അന്വേഷിക്കാം. അതിന് നിയമപരമായി തടസ്സം ഒന്നും ഇല്ല. എങ്കിലും ഒരു കാര്യം ചോദ്യചിഹ്നം പോലെ മുന്നിൽ നവാസിനെ തന്നെ നോക്കി നിൽക്കുന്നുണ്ട്. ഡി.വൈ.എസ്.പി സുകുമാരൻ സാർ! അദ്ദേഹം ഏതെങ്കിലും തരത്തിൽ എതിർത്താൽ എല്ലാം അവതാളത്തിലാകും. സ്റ്റേഷനിൽ എത്തിയ നവാസ് ആദ്യം അന്വേഷിച്ചത് ആ കേസ് ഫയൽ ആയിരുന്നു. എന്നാൽ ലഭിച്ച മറുപടി 'അത് ഇന്നലെ ഡി.വൈ.എസ്.പി. സുകുമാരൻ സാർ നോക്കാൻ വേടിച്ചു, തിരിച്ചു നൽകിയിട്ടില്ല' എന്നായിരുന്നു.

മൂന്ന്

ഒട്ടും സമയം പാഴാക്കാതെ സ്റ്റേഷനിൽ ഉള്ള ഒരു കോൺസ്റ്റബിളിനെയും സുഭാഷിനെയും കൂട്ടി നവാസ് പോയത് കാരമ്പത്തൂർ മനയിലേക്കാണ്. മനയിലെ മുഴുവൻ ആളുകളെയും ചോദ്യം ചെയ്യണം. എന്തെങ്കിലും ഒരു തുമ്പ് കിട്ടാതിരിക്കില്ല. ഇത്രയും ദിവസം സ്വാഭാവിക മരണമായി കണക്കാക്കിയതിനാൽ മനയിലേക്ക് പോയി ആരെയെങ്കിലും ചോദ്യം ചെയ്താൽ സുകുമാരൻ സാർ പ്രശ്നം ഉണ്ടാക്കാൻ സാധ്യത ഏറെയായിരുന്നു. എന്നാൽ റിപ്പോർട്ടനുസരിച്ച് മുങ്ങി മരണം അല്ലാത്തതിനാൽ അതുമായി ബന്ധപ്പെട്ട് മനയിൽ ഉള്ളവരെ ചോദ്യം ചെയ്യാൻ തടസ്സമൊന്നുമില്ല.

മനയിൽ എത്തിയ നവാസ് കൂടെ വന്ന കോൺസ്റ്റബിളിനെ മനയിലെ ഫോണിന്റെ അടുത്ത് തന്നെ നിറുത്തി ആരെയും ഫോൺ ചെയ്യാൻ സമ്മതിക്കേണ്ട എന്ന് പറഞ്ഞു നവാസും സുഭാഷും കൂടി എല്ലാവരെയും ചോദ്യം ചെയ്തു. മാധവനും അയാളുടെ ഇളയ മകൻ സോമശേഖരനും ഒഴിച്ച് മനയിലെ എല്ലാവരാലും ചോദ്യം ചെയ്യലിനോട് പൂർണ്ണമായും സഹകരിച്ചു. അവർ രണ്ടുപേരും തീരെ സഹകരിക്കുന്നില്ലായിരുന്നു. സോമശേഖരൻ സ്വതവേ ആരോടും അങ്ങനെ സംസാരിക്കാത്ത പ്രകൃതമാണ്. അത് എല്ലാവർക്കും അറിയാം. എന്നാൽ മാധവൻ തമ്പ്രാൻ അങ്ങനെയല്ല. അയാൾ ഒട്ടും കൂസാത്തമട്ടിൽ ഒരക്ഷരം പോലും ഉരിയാടാതെ, വെറ്റിലയും ചവച്ചുകൊണ്ട് ആ ചാരുകസേരയിൽ അങ്ങനെ കിടന്നു. ഇടയ്ക്ക് കാര്യസ്ഥൻ കേശവനോട് അന്തരവൻ സുകുമാരനെ ഫോൺ ചെയ്തു ഇങ്ങോട്ട് വരാൻ പറ എന്ന് പറയുന്നുണ്ടായിരുന്നു മാധവൻ. എന്നാൽ ചോദ്യം ചെയ്യൽ കഴിയുന്നതുവരെ ഒരു ഈച്ചയെ പോലും ആ ഫോൺ തൊടാൻ കോൺസ്റ്റബിൾ തോമസ് സമ്മതിച്ചില്ല. അവിടെനിന്നും ഇറങ്ങുമ്പോൾ നവാസ്, മാധവനോട് ദേഷ്യത്തിൽ നോക്കിക്കൊണ്ട് പറഞ്ഞു, “അടുത്ത വരവിൽ തന്നെക്കൊണ്ട് എല്ലാതും ഞാൻ പറയിപ്പിച്ചോളാം.”

ജാനകി നൽകിയ ഫോൺ നമ്പർ കോൾ വിശദാംശങ്ങൾക്കായി നൽകി. കർണാടക നമ്പറാണെന്നറിഞ്ഞതിനാൽ അതിലേക്ക് നവാസ് നേരിട്ട് വിളിച്ചില്ല. കാരണം കേരളാ പൊലീസ് അന്വേഷിക്കുന്നുണ്ട് എന്ന് അറിഞ്ഞാൽ ഏതെങ്കിലും തെളിവ് അവശേഷിക്കുന്നുണ്ടെങ്കിൽ അതെങ്ങാനും നശിപ്പിച്ചാലോ എന്ന് കരുതി. പിറ്റേ ദിവസം അവിചാരിതമായി മറ്റൊരു കേസുമായി ബന്ധപ്പെട്ടുകൊണ്ട് വിവരങ്ങൾ തേടി രണ്ട് കർണാടക പൊലീസുകാർ പുന്നയൂർക്കുളം സ്റ്റേഷനിൽ എത്തി. അതിൽ ഒരാളെക്കൊണ്ട് നവാസ്, ജാനകി തന്ന നമ്പറിലേക്ക് ആ പൊലീസുകാരന്റെ തന്നെ ഫോണിൽ നിന്നും വിളിപ്പിച്ചു. പൊലീസാണ് വിളിക്കുന്നതെന്ന് ഒരിക്കലും വെളിപ്പെടുത്തരുത് എന്ന് ശ്രദ്ധിക്കാൻ നവാസ് അയാൾക്ക് പ്രത്യേകം നിർദ്ദേശം കൊടുത്തിരുന്നു. ഫോൺ നമ്പർ കർണാടകയിലെ ‘തൂമകൂരിൽ’ കൃഷിത്തോട്ടവും ഡെക്കറേഷൻ കടയുമുള്ള മഞ്ജുനാഥ് എന്ന ആളുടെയാണെന്ന് മനസ്സിലായി.

കുറച്ചു കഴിഞ്ഞപ്പോൾ ഫോൺ നമ്പറിന്റെ കോൾ വിശദാംശങ്ങൾ എടുക്കാൻ കൊടുത്ത സൈബർസെല്ലിൽനിന്നും വിശദാംശങ്ങൾ ലഭിച്ചു. അതോടെ നവാസ് ആ നമ്പർ മഞ്ജുനാഥിന്റെ തന്നെയാണെന്ന് ഉറപ്പാക്കി. ഇതോടെ നവാസ് മഞ്ജുനാഥിനെ നേരിട്ട്

വിളിച്ചു. ശോഭയെക്കുറിച്ച് നിങ്ങൾക്ക് എന്തെങ്കിലും അറിയുമോ എന്നാണ് അയാൾ ആദ്യം ചോദിച്ചത്. “ശോഭ തന്റെ അമ്മാവന്റെ മകളാണ്, അതായത് മുറപ്പെണ്ണ്. പക്ഷേ ചെറുപ്പത്തിൽ വീട്ടുകാർ ഉറപ്പിച്ച കല്യാണം നടന്നില്ല. പഠിക്കുന്ന സമയത്ത് അവൾക്ക് ആരോടോ പ്രണയം ഉണ്ടായിരുന്നു. അവർ പിന്നീട് ഓടി പോയി കല്യാണം കഴിച്ചു. ഇപ്പോ കേരളത്തിലോ മറ്റോ ആണെന്ന് തോന്നുന്നു സാർ. അല്ലാതെ അവരെക്കുറിച്ച് കൂടുതൽ ഒന്നും എനിക്കും അറിയില്ല.” മഞ്ജുനാഥ് ഫോൺ കട്ടാക്കി.

ശോഭയുടെ മരണത്തെക്കുറിച്ചൊന്നും നവാസ് അയാളോട് അപ്പോൾ പറഞ്ഞിരുന്നില്ല. അടുത്ത ദിവസം നവാസ് വീണ്ടും അയാളെ വിളിച്ചു. ആറേഴ് തവണ വിളിച്ചിട്ടും അയാൾ ഫോൺ എടുത്തില്ല. അവസാനം ഫോൺ എടുത്തത് ഒരു സ്ത്രീ ആയിരുന്നു. മഞ്ജുനാഥിന്റെ ഭാര്യയാണെന്ന് പറഞ്ഞ സ്ത്രീയോട് അയാൾ വന്നാൽ തിരിച്ചു വിളിക്കാൻ പറഞ്ഞ ശേഷം നവാസ് ഫോൺ കട്ട് ചെയ്തു. കുറച്ചു മണിക്കൂറുകൾക്കു ശേഷം മഞ്ജുനാഥിന്റെ ഫോൺ വന്നു. നവാസ് അയാളോട് ശോഭയുടേതെന്നു തോന്നിക്കുന്ന ഒരു മൃതദേഹം ഇവിടെ പുന്നയൂർക്കുളം എന്ന സ്ഥലത്തുള്ള ഒരു കിണറ്റിൽനിന്നും കിട്ടിയിട്ടുണ്ടെന്നും അത് തിരിച്ചറിയാൻ നിങ്ങൾ ഇതു വരെ വരണം എന്ന് പറഞ്ഞു. ശരി എന്ന് പറഞ്ഞ മഞ്ജുനാഥ് വന്നില്ലെന്നു മാത്രവുമല്ല, പിന്നീട് നവാസ് വിളിക്കുമ്പോൾ ഫോൺ എടുക്കുന്നതുമില്ലായിരുന്നു.

കുറച്ചു ദിവസങ്ങൾക്കു ശേഷം ശോഭയുടെ നാട്ടിലെ ബന്ധുക്കളാണെന്ന് പറഞ്ഞ് രണ്ടുപേർ സ്റ്റേഷനിൽ വന്നു. ഒരാൾ ബന്ധുവാണെന്ന് പറഞ്ഞു. രണ്ടാമത്തെ ആൾ ഒരു അഭിഭാഷകനുമായിരുന്നു. അവർ ശോഭയുടെ മൃതദേഹത്തിനെക്കുറിച്ച് ചോദിക്കുന്നതിനുപകരം കേസിന്റെ വിവരങ്ങളും മൃതദേഹ പരിശോധനാ റിപ്പോർട്ടും ആവശ്യപ്പെട്ടു. അതിൽ സംശയം തോന്നിയ നവാസ് ബന്ധുവാണെന്ന് പറഞ്ഞവനെ ലോക്കപ്പിൽ കയറ്റി നാല് അടി കൊടുത്തു. അതോടെ വന്നത് ബന്ധുവല്ല എന്നും അത് വേഷം കെട്ടിയ വക്കീൽ ഗുമസ്തനാണെന്ന് നവാസിന് ബോധ്യപ്പെട്ടു. അവരെ തിരിച്ചയച്ചു.

മഞ്ജുനാഥിന് പകരം വക്കീൽ എന്തിന് വന്നുവെന്ന ചോദ്യം വീണ്ടും സംശയങ്ങൾ നവാസിൽ ഉളവാക്കി. ഇക്കാര്യം അയാൾ ഡി.വൈ.എസ്.പി. സുകുമാരൻ സാറിനെ അറിയിക്കാതെ സി.ഐ സാറിനോടു മാത്രം പറഞ്ഞു. കൂടുതൽ അന്വേഷിക്കാൻ സി.ഐ നിർദ്ദേശിച്ചതോടെ നേരെ കർണാടകയിലേക്കു മഞ്ജുനാഥിനെ

തേടി ഇറങ്ങി. ഈ യാത്രയിൽ നവാസിനോടൊപ്പം, എ.സ്.ഐ സുഭാഷും ഒരു കോൺസ്റ്റബിളും ഉണ്ടായിരുന്നു. പോകുന്ന വഴിക്ക് നവാസ് രാജന്റെ കടയുടെ മുൻപിൽ ജീപ്പ് നിർത്തി, രാജാ എന്ന് ഉറക്കെ വിളിച്ചു.

കടയുടെ പുറത്തു വന്ന രാജൻ ചോദിച്ചു. "എങ്ങോട്ടാ സാറേ, ഈ അതിരാവിലെ തന്നെ."

"താൻ വന്ന് ജീപ്പിൽ കയറ്. നമുക്ക് ഒരു ഇടം വരെ പോകാനുണ്ട്. രണ്ടു നാലു ദിവസത്തേക്കുള്ള ഡ്രസ്സ് എടുത്തോ."

"എങ്ങോട്ടാ സാറേ...?"

"അതൊക്കെ പോകുന്ന വഴിക്കു പറയാം."

രാജനെയും കൂട്ടി അവർ നാലുപേരുംകൂടി യാത്ര തുടർന്നു. പോകുന്നവഴി രാജൻ വീണ്ടും നവാസിനോട് ചോദിച്ചു.

"എവിടേക്കാണ് പോകുന്നതിനെക്കുറിച്ച് സാർ ഇതുവരെ ഒന്നും പറഞ്ഞില്ല."

"അതോ, രാജാ ആ സ്ത്രീയുടെ മരണവുമായി ബന്ധപ്പെട്ട് എനിക്കൊരാളെ സംശയമുണ്ട്. അയാൾ താമസിക്കുന്നത് കർണ്ണാടകയിലെ സിറ എന്ന ഗ്രാമത്തിലാണ്. നമ്മൾ പോകുന്നത് അന്വേഷണത്തിന്റെ ഭാഗമായി അയാളെ ചോദ്യം ചെയ്യണം. തന്നെ കൂടെ കൂട്ടാൻ കാരണം സ്റ്റേഷനിലെ രണ്ട് കോൺസ്റ്റബിൾമാർ ലീവിലാണ്. പിന്നെ ആകെയുള്ളത് ഇവർ രണ്ടു പേരും ഞാനും പാറാവുകാരൻ തോമസും വേറെ മൂന്ന് സ്ത്രീ കോൺസ്റ്റബിൾമാരും. എന്റെ കൂടെ എ.എസ്.ഐ സുഭാഷും ഒരു കോൺസ്റ്റബിളും മാത്രമേ ഉള്ളൂ. ഇത്രയും ദൂരം പോകുന്നതല്ലേ, അതാ, തന്നെയും കൂട്ടാം എന്ന് കരുതിയത്. നിയമപരമായി അത് തെറ്റാണെന്ന് എനിക്കറിയാം. പിന്നെ ഒരുപാടു തവണ താൻ എന്റെ കൂടെ ഈ കേസുമായി ബന്ധപ്പെട്ട് അന്വേഷണവുമായി മുൻപ് പലയിടങ്ങളിൽ താൻ വന്നിട്ടുള്ളതാണ്. പുന്നയൂർക്കുളത്ത് എനിക്ക് വിശ്വാസമുള്ള വളരെ കുറച്ചു പേരിൽ താനും ഉള്ളതിനാൽ തന്നെയും കൂടെ കൂട്ടാം എന്ന് കരുതി."

"എനിക്ക് അതിൽ പ്രശ്നം ഒന്നും ഇല്ല സാറേ. രാജൻ തുടർന്നു. പക്ഷേ സാറേ, കന്നട ഭാഷ അനായാസമായി സംസാരിക്കാൻ അറിയുന്ന ആരെയെങ്കിലും കൂടെ കൂട്ടുന്നത് ഉചിതമായിരുന്നു."

നവാസ് പറഞ്ഞു, "രാജാ, എനിക്ക് കന്നട ഭാഷ സംസാരിക്കാൻ അറിയാം. കേട്ടാലും നല്ലതുപോലെ മനസ്സിലാകും. വായിക്കാനും എഴുതാനും അറിയില്ല എന്നു മാത്രം. സെയിൽസ് ടാക്സിൽ ജോലി

ചെയ്തിരുന്ന സമയത്ത് ഞാൻ കർണ്ണാടകയിലെ യശ്വന്തപുരത്ത് മൂന്ന് വർഷം ജോലി ചെയ്തിട്ടുണ്ട്."

"അപ്പോൾ സാർ സെയിൽസ് ടാക്സിൽ ആയിരുന്നോ മുൻപ്? ഞാൻ കരുതി ഇത് സാറിന്റെ ആദ്യത്തെ ജോലിയാണെന്ന്."

"അല്ല രാജാ, ഇത് എന്റെ മൂന്നാമത്തെ സർക്കാർ ഉദ്യോഗമാണ്. വളരെയധികം അഭിനിവേശത്തോടുകൂടി ഞാൻ തിരഞ്ഞെടുത്തതാണ് ഈ പൊലീസ് ജോലി."

"അത് സാറിന്റെ ആ ജോലിയോടുള്ള കൃതജ്ഞതയും അന്വേഷണത്തോടുള്ള ആത്മാർത്ഥതയും കണ്ടപ്പോൾ തന്നെ എനിക്ക് തോന്നി. സാറേ, നമുക്ക് അയാളുടെ പേരും സ്ഥലവും മാത്രമേ അറിയാവൂ. അയാളുടെ ഒരു ഫോട്ടോപോലും നമ്മളുടെ കൈയിൽ ഇല്ല. ഈ പോകുന്ന സ്ഥലത്തിന്റെ ഒരു രൂപം വെച്ച് ഇയാളെ പിടിക്കുക എന്നത് ശ്രമകരമായ ഒരു കാര്യം തന്നെ ആയിരിക്കും. രാജൻ തുടർന്നു. "നവാസ് സാറേ, അങ്ങനെയാണെങ്കിൽ സാറ് ജീപ്പ് അടുത്ത് കിട്ടുന്ന കവലയിൽ കുറച്ചു നേരം നിർത്ത്."

നവാസ് ജീപ്പ് സിറയിലേക്കു പോകുന്നവഴിയിൽ ഉള്ള ദേവരാഹള്ളി എന്ന സ്ഥലത്ത് നിർത്തി. ജീപ്പിൽ നിന്നിറങ്ങിയ രാജൻ നവാസിന്റെ ഫോൺ വാങ്ങി ആർക്കോ വിളിക്കുന്നുണ്ടായിരുന്നു. നവാസ് ചോദിച്ചപ്പോൾ "തനിക്ക് പരിചയമുള്ള യാദവേന്ദ്ര റായ് എന്ന ഒരാൾ ഗോളനാഹട്ടി എന്ന സ്ഥലത്തുണ്ടെന്നും അയാളൊരു രാഷ്ട്രീയക്കാരനാണ്. നമ്മൾ ഇപ്പോൾ നിൽക്കുന്ന സ്ഥലത്തിന്റെ പേര് പറഞ്ഞുകൊടുത്തിട്ടുണ്ട്. അയാൾ എത്താമെന്ന് ഏറ്റിട്ടുണ്ട്. എത്ര സമയം എടുക്കുമെന്നൊന്നും അറിയില്ല സാർ."

അയാളെ രാജന് എങ്ങനെ അറിയാമെന്നുള്ള നവാസിന്റെ ചോദ്യത്തിന് രാജൻ പറഞ്ഞത് "ഒരു വർഷം മുൻപ് അയാൾ നമ്മുടെ നാട്ടിൽ വന്നിരുന്നു. അയാളുടെ വീട്ടിൽനിന്നും പണം അപഹരിച്ചുകൊണ്ടു മുങ്ങിയ അയാളുടെ ഡ്രൈവറെ തിരഞ്ഞു വന്നതാണ്. അന്ന് ഞാനാണ് അയാൾക്കുവേണ്ട സഹായങ്ങൾ ചെയ്തുകൊടുത്തത്. രാഷ്ട്രീയക്കാരനായതുകൊണ്ട് പൊലീസ് വഴിയുള്ള അന്വേഷണം ശരിയാകില്ല എന്നതുകൊണ്ടാണ് അയാൾ നേരിട്ടു വന്നത്. അയാൾക്ക് മലയാളം പറഞ്ഞാൽ കുറച്ചൊക്കെ മനസ്സിലാകും."

കുറച്ച് മണിക്കൂറുകൾക്കു ശേഷം യാദവേന്ദ്ര റായ് അവിടേക്ക് എത്തി. അയാൾ മാത്രമായിരുന്നില്ല വന്നത്. ഒരു വണ്ടി നിറയെ അയാളുടെ ആശ്രിതരും കൂടെ ഉണ്ടായിരുന്നു. രാജനെ കണ്ട ഉടനെ കാറിൽനിന്നും വേഗം ഇറങ്ങിയ യാദവേന്ദ്ര റായ് രാജനെ സ്നേഹ

ത്തോടെ ആശ്ലേഷിച്ചു. നവാസ് തങ്ങളുടെ ആഗമന ഉദ്ദേശ്യം വിശദീകരിച്ചു കൊടുത്തപ്പോൾ തന്റെ വാഹനത്തിനെ പിന്തുടരാൻ പറഞ്ഞുകൊണ്ട് മൂന്ന് വാഹനങ്ങളും സിറ ഗ്രാമത്തിലേക്ക് യാത്ര തുടർന്നു.

തുംകൂരിൽ നിന്നും മഞ്ജുനാഥിന്റെ ഗ്രാമമായ സിറയിൽ എത്താൻ ഏതാണ്ട് ഒരു എൺപത് കിലോമീറ്റർ എങ്കിലും ഉണ്ടാകും. വളരെ മോശമായ റോഡായതിനാൽ ജീപ്പിൽ ഏറെ വന്നാൽ രണ്ട് മണിക്കൂർ കൊണ്ട് എത്തുമായിരുന്നത് അവർ എത്തുമ്പോഴേക്കും അഞ്ചു മണിക്കൂർ എടുത്തു. കാരണം ഒരു കാൽഭാഗം സഞ്ചരിച്ചു കഴിഞ്ഞപ്പോൾ പിന്നെ അങ്ങോട്ട് നിറയെ വലിയ കുഴികൾ നിറഞ്ഞ റോഡ്, അധികം വാഹനങ്ങൾ ഒന്നും പോകുന്ന വഴിയൊന്നും അല്ലെന്ന് തോന്നിക്കുന്ന വിധമായിരുന്നു അത്. റോഡിന്റെ രണ്ടു വശങ്ങളിലും ചോളം കൃഷി ചെയ്യുന്നുണ്ട്.

അതിരാവിലെ യാത്ര തുടർന്ന ആ അന്വേഷണ സംഘം കർണ്ണാടകയിലെ തുംകൂരിലെ, സിറ എന്ന ഗ്രാമത്തിൽ എത്തുമ്പോൾ പുലർച്ചെ നാലു മണി ആയിരുന്നു. പുറത്താണെങ്കിൽ കൊടും തണുപ്പ്. അതിരാവിലെ ആയതുകൊണ്ട് വഴിയിൽ ആളുകളെയും കാണുന്നില്ലായിരുന്നു. കുറച്ചു കഴിഞ്ഞപ്പോൾ ആ മൺപാതയിലൂടെ കാളവണ്ടിയുമായി വന്നിരുന്ന ഒരാളോട് നവാസ്, അവിടുത്തെ പൊലീസ് സ്റ്റേഷനെക്കുറിച്ചന്വേഷിച്ചു. ആ കാളവണ്ടിക്കാരൻ പറഞ്ഞു കൊടുത്തതനുസരിച്ച് യാത്ര തുടർന്ന അവർ അടുത്തുള്ള കോറ പൊലീസ് സ്റ്റേഷനിൽ എത്തി. അവിടുത്തെ മുതിർന്ന ഓഫീസറോട് കാര്യങ്ങൾ ധരിപ്പിച്ചു. എന്നാൽ കേരളാപൊലീസിനോട് സഹകരിക്കാൻ അയാൾ തയ്യാറായില്ല. ഒന്നാമത്തെ കാരണം ഒഫീഷ്യൽ എഴുത്തോ ഉയർന്ന റാങ്ക് ഉള്ള ഓഫീസറുടെ അറിയിപ്പോ ഇല്ലാതെയാണ് നവാസ് വന്നത്. നവാസ് അന്വേഷണത്തിന് പോകുന്ന വിവരം സി ഐ സാറിന് മാത്രമേ അറിയൂ എന്നതാണ് യാഥാർത്ഥ്യം. കൂടാതെ ഇവർ അന്വേഷിച്ചുവന്നയാൾ മഞ്ജുനാഥ് ആ ഗ്രാമത്തിലെ ധനികന്മാരിൽ ഒരാളായിരുന്നു. സ്റ്റേഷനിൽ നിന്നും പുറത്തുവന്ന നവാസ് കാര്യം യാദവേന്ദ്ര റായിയെ അറിയിച്ചു. അതു കേട്ടയുടനെ ദേഷ്യം വന്ന യാദവേന്ദ്ര റായ് സ്റ്റേഷനിലേക്ക് പോയി ഓഫീസറോട് ഉച്ചത്തിൽ എന്തൊക്കെയോ സംസാരിക്കുന്നുണ്ടായിരുന്നു. അയാൾ തിരികെ വരുമ്പോൾ കൂടെ രണ്ടു പൊലീസ് കോൺസ്റ്റബിൾമാരും ഉണ്ടായിരുന്നു.

കോറ സ്റ്റേഷനിൽനിന്നും വന്ന ആ രണ്ടു പൊലീസുകാരെയും കൂട്ടി നവാസ് മഞ്ജുനാഥിന്റെ വീട്ടിൽ എത്തുമ്പോഴേക്കും അഞ്ചര

മണി ആയിരുന്നു. നവാസ് വന്ന ജീപ്പ് കുറച്ചു ദൂരെ മാറ്റി ഇട്ട ശേഷം നവാസും അവിടുത്തെ സ്റ്റേഷനിലെ പൊലീസുകാരും കൂടി മഞ്ജുനാഥിന്റെ വീടിന്റെ വാതിലിൽ തട്ടി. വാതിൽ തുറന്നത് അയാളുടെ ഭാര്യയായിരുന്നു. മഞ്ജുനാഥിനെ വിളിക്കാൻ പറഞ്ഞ പ്പോൾ മഞ്ജുനാഥ് ഇവിടെ ഇല്ല എന്നായിരുന്നു അവർ പറഞ്ഞത്. അത് വിശ്വാസത്തിലെടുക്കാൻ നവാസ് തയ്യാറായില്ല. കൂടെ ഉണ്ടാ യിരുന്ന പൊലീസുകാരാകട്ടെ, അപ്പോൾ തന്നെ തിരിച്ചുപോകാൻ തുടങ്ങി. അവരെ ഒരുവിധം പറഞ്ഞു മനസ്സിലാക്കിയശേഷം അവിടെ നിന്നും പോകാതെ കുറച്ചു നേരം പിടിച്ചു നിർത്തി. കേരള പൊലീസ് അന്വേഷിച്ചു വന്നിട്ടുണ്ടെന്ന വിവരം കോറ സ്റ്റേഷനിലെ മഞ്ജു നാഥിനെ അറിയാവുന്ന ഏതോ ഒരു പൊലീസുകാരൻ അയാളോട് ഫോൺ ചെയ്തു പറഞ്ഞിരുന്നു. അതിനാൽ തന്നെ പൊലീസ് വീട്ടിൽ എത്തുന്നതിന് മുൻപുതന്നെ മഞ്ജുനാഥ് അവിടെ നിന്നും അയാളുടെ തന്നെ ഉടമസ്ഥതയിൽ ഉള്ള ഫാം ഹൗസിലേക്ക് മാറി. അവിടെ വന്ന് അയാളെ പെട്ടെന്ന് കൊണ്ടുപോകാൻ പൊലീസിന് കഴിയില്ലെന്ന് അയാൾക്കുറപ്പായിരുന്നു.

മഞ്ജുനാഥിന്റെ വീട്ടിൽനിന്നും ഇറങ്ങിയ നവാസ് നേരെ കുറച്ച് ദൂരെയായി മാറ്റിയിട്ടിരുന്ന വാഹനത്തിനടുത്തെത്തി. അവിടെ യാദ വേന്ദ്രയും രാജനും നവാസിനെയും കാത്ത് വാഹനത്തിനു പുറത്തു തന്നെ നിൽക്കുന്നുണ്ടായിരുന്നു. നവാസ് അവരുടെ കൂടെ നിന്നി രുന്ന സുഭാഷിനെ നോക്കിക്കൊണ്ട് പറഞ്ഞു, "നമ്മൾ കുറച്ചധികം പണിയെടുക്കേണ്ടി വരും എന്നാണ് തോന്നുന്നത്. മഞ്ജുനാഥ് അയാളുടെ വീട്ടിൽ ഇല്ലെന്നാണ് അയാളുടെ ഭാര്യ ആണെന്നു പരിചയപ്പെടുത്തിയ സ്ത്രീ പറഞ്ഞത്."

ഇതുകേട്ട യാദവേന്ദ്ര അയാളുടെ കൂടെയുണ്ടായിരുന്ന ഒരാളെ വിളിച്ച് അവരുടെ വഴിക്ക് ഒന്ന് അന്വേഷിക്കാൻ പറഞ്ഞു.

സമയം ഏതാണ്ട് ഉച്ചകഴിഞ്ഞിരുന്നു. ഏതാണ്ട് മൂന്ന് മണിയോ ടടുത്തിരിക്കുന്നു. "വാ സാറേ, നമുക്ക് റോഡിന്റെ അങ്ങേയറ്റത്ത് കാണുന്നത് ഒരു ഹോട്ടലാണെന്ന് തോന്നുന്നു. പോയി എന്തെ ങ്കിലും കഴിക്കാൻ കിട്ടുമോയെന്ന് നോക്കാം."

അവർ നാലുപേരും പിന്നെ യാദവേന്ദ്രയുടെ കൂടെവന്ന മൂന്നു പേരും കൂടെ നടന്നു. ഭക്ഷണം കഴിച്ചു തുടങ്ങുന്നതേ ഉണ്ടായിരു ന്നുള്ളൂ. അപ്പോഴാണ് മഞ്ജുനാഥിനെ അന്വേഷിക്കാൻ പോയ യാദ വേന്ദ്രയുടെ അനുയായികളിൽ ഒരാൾ കടയും ലക്ഷ്യമാക്കി ഓടി വരുന്നത്. അയാളുടെ കൈയിൽ ഒന്നുരണ്ട് കടലാസും ഉണ്ട്. അയാ ളുടെ മുഖത്ത് ഒരു അവാർഡ് കിട്ടിയതിലും കൂടുതൽ സന്തോഷം

പ്രകടമായി കാണാമായിരുന്നു. കൈയിലുള്ള കടലാസ് അയാളുടെ നേതാവിന്റെ നേർക്ക് നീട്ടിക്കൊണ്ട് അയാൾ കിതച്ചുകൊണ്ട് പറഞ്ഞു. "മഞ്ജുനാഥിന്റെ ഒരു ഫോട്ടോയുടെ പകർപ്പ് കിട്ടിയിട്ടുണ്ട്. കൂടെ അയാളുടെ വിലാസവും ഉണ്ട്."

"സഭാഷ്... തനിക്ക് ഇത് എവിടെനിന്നും കിട്ടി."

"തന്റെ ഒരു അയൽവാസി ജോലി സ്ഥലംമാറ്റം കിട്ടി ഇപ്പോൾ ഇവിടുത്ത കൃഷിഭവനിലാണുള്ളത്. മഞ്ജുനാഥിനെ അന്വേഷിക്കുന്നതിനിടയിൽ അവിചാരിതമായി സൈക്കിളിൽ ജോലിസ്ഥലത്തേക്ക് പോകുകയായിരുന്ന അയാളെ കാണാൻ ഇടയായി. രണ്ട് വർഷത്തിൽ കൂടുതലായി അയാൾ ഇവിടെയാണ് ജോലിചെയ്യുന്നതെന്നും വിശേഷങ്ങൾ പറയുന്നതിനിടയിൽ മഞ്ജുനാഥിന്റെ കാര്യം പറഞ്ഞപ്പോൾ തന്റെ സുഹൃത്ത് എന്നോട് പറഞ്ഞത് നിങ്ങൾ അന്വേഷിക്കുന്ന മഞ്ജുനാഥ് കുറെ കൃഷിയിടങ്ങളും മറ്റും ഉള്ള വ്യക്തിയാണെന്നും അയാളെ ഇടയ്ക്കിടയ്ക്ക് ഞാൻ ഓഫീസിൽ കാണാറുണ്ട് എന്നുമാണ് അവസാനം കണ്ടത്. ഒരു നാലുമാസങ്ങൾക്കു മുൻപാണെന്ന് തോന്നുന്നു അയാൾ കൃഷിഭവനിൽ വന്നിരുന്നു. കൃഷി ഓഫീസറെ കണ്ട് സംസാരിക്കുന്നുണ്ടായിരുന്നു. പുതിയതായി ചെയ്യാൻ പോകുന്ന കൃഷിക്ക് സർക്കാരിൽനിന്നും ലഭിക്കുന്ന ഫണ്ടിന് വേണ്ടിയുള്ള എന്തോ അപേക്ഷാഫോറം കൊടുക്കാൻ വന്നതാണെന്ന് വിചാരിക്കുന്നു. അങ്ങനെയാണെങ്കിൽ ഓഫീസിലെ പഴയ ഫയലിൽ തപ്പിയാൽ ചിലപ്പോ അയാളുടെ വ്യക്തി വിവരങ്ങൾ കിട്ടാൻ സാധ്യതയുണ്ടെന്നും പറഞ്ഞു. എന്നാൽ നിങ്ങളും എന്റെ കൂടെ ഇപ്പോൾ തന്നെ കൃഷിഭവനിലേക്ക് പോന്നോളൂ. ഞാൻ അവിടുത്തെ ഫയലുകളിൽ ഒന്ന് തിരഞ്ഞു നോക്കാം. അതുകൊണ്ട് നിങ്ങൾക്ക് എന്തെങ്കിലും ഉപകാരം ഉണ്ടാകുമെങ്കിൽ ആകട്ടെ എന്നും പറഞ്ഞു. കുറച്ചു സമയത്തെ തിരച്ചലിനു ശേഷം ഫയൽ കിട്ടുകയും അതിൽ നിന്നും മഞ്ജുനാഥിന്റെ വ്യക്തിവിവരങ്ങളുടെ പകർപ്പ് ഞങ്ങൾക്ക് നൽകുകയും ചെയ്തു. വേറെ ഒരു കാര്യം കൂടി തന്റെ സുഹൃത്ത് വാഗ്ദാനം ചെയ്തിട്ടുണ്ട്. ഇന്ന് എന്തെങ്കിലും കാരണത്താൽ ഇവിടെ സിറ ഗ്രാമത്തിൽ തങ്ങേണ്ടി വരികയാണെങ്കിൽ രാത്രി വളരെയധികം തണുപ്പുള്ള കാലാവസ്ഥയാണെന്നും പുറത്തു നിൽക്കേണ്ടതില്ലെന്നും കുറച്ചുപേർക്ക് താമസിക്കാനുള്ള സൗകര്യം താൻ താമസിക്കുന്ന വീട്ടിൽ ചെയ്തുതരാം എന്നും പറഞ്ഞിട്ടുണ്ട്."

സമയം സന്ധ്യ ആയി തുടങ്ങി. തണുപ്പ് പകലിനെ അപേക്ഷിച്ച് അസഹനീയമായി തുടങ്ങിയിരിക്കുന്നു. എന്നാലും മഞ്ജുനാഥിന്റെ

വീടിന്റെ പരിസരം നിരീക്ഷിച്ചുകൊണ്ട് എസ്.ഐ. നവാസും കൂട്ടരും അടുത്തുതന്നെ ഉണ്ട്. അയാളെക്കുറിച്ച് എന്തെങ്കിലും വിവരം കിട്ടും എന്ന പ്രതീക്ഷ ഒട്ടും കൈവിടാൻ തയ്യാറായിരുന്നില്ല അവർ. അതിനിടയിൽ രാജന്റെ അടുത്ത് വന്ന് യാദവേന്ദ്ര റായ് തനിക്ക് കുറച്ച് സമയത്തിനുശേഷം ഗോളനാഹട്ടിയിലേക്ക് തിരിച്ചുപോകണം എന്നും നാട്ടിൽ നഗരസഭ തിരഞ്ഞെടുപ്പ് നടക്കാൻ വളരെ കുറച്ചു ദിവസങ്ങളേയുള്ളൂവെന്നും അയാളുടെ സഹോദരൻ എം പി ആണെന്നും അതിനാൽത്തന്നെ അയാൾക്ക് ചെയ്തു തീർക്കാൻ പിടിപ്പത് ജോലികൾ ഉണ്ടെന്നും അറിയിച്ചു.

മഞ്ജുനാഥിനെ കിട്ടുന്നതുവരെ നിങ്ങളുടെ കൂടെ തന്നെ നിൽക്കാൻ അതിയായ ആഗ്രഹം തനിക്കുണ്ടെന്നും മറ്റൊരു നിവൃത്തിയും ഇല്ലാത്തതിനാൽ, തന്നെ പോകാൻ അനുവദിക്കണം എന്നും അവരോട് ആവശ്യപ്പെട്ടു. തന്റെ കൂടെ വന്നവർ നിങ്ങളുടെ കൂടെ ഏതൊരാവശ്യത്തിനും മഞ്ജുനാഥിനെ കിട്ടുന്നതുവരെ ഇവിടെ തന്നെ ഉണ്ടാകും എന്നും ഉറപ്പുനൽകിക്കൊണ്ട് കുറച്ച് സമയത്തിനു ശേഷം യാദവേന്ദ്ര തിരിച്ചുപോകുമെന്നും പറഞ്ഞു. ഞങ്ങൾക്ക് നൽകുന്ന സ്നേഹത്തിനും സഹായങ്ങൾക്കും നവാസും രാജനും യാദവേന്ദ്ര റായോട് പ്രത്യേകം നന്ദി അറിയിച്ചു.

ഇതിനിടയിൽ കോറ പൊലീസ് സ്റ്റേഷനിലുള്ള പൊലീസുകാരിൽ നിന്നും ഒരു സഹകരണവും ഉണ്ടാകാനിടയില്ല എന്ന് മുൻകൂട്ടി മനസ്സിലാക്കിയ യാദവേന്ദ്ര, ആരെയോ ഫോൺ ചെയ്യുന്നുണ്ടായിരുന്നു. അതു കഴിഞ്ഞ് അയാൾ അവിടെ നിന്നും പോകാൻ തുടങ്ങുന്നതിനു തൊട്ടുമുൻപ് ഇതാ വരുന്നു വെടികൊണ്ട പന്നികളെ പോലെ സ്റ്റേഷൻ ഓഫീസറും രണ്ടു പൊലീസുകാരും. പൊലീസ് ഓഫീസറോട് യാദവേന്ദ്ര, താൻ ഗോളനാഹട്ടിയിലെ എം.പിയുടെ സഹോദരനാണെന്നും നവാസിനെയും കൂടെയുള്ളവരെയും ചൂണ്ടിക്കാട്ടി ഇവർ തന്റെ സുഹൃത്തുക്കളാണെന്നും ഇവർ ആവശ്യപ്പെടുന്ന എന്ത് സഹായവും ചെയ്തു കൊടുക്കണം എന്നും നിർദ്ദേശം നൽകിക്കൊണ്ടാണ് അയാൾ അവിടം വിട്ടു പോയത്.

അടുത്ത ദിവസവും തൽസ്ഥിതി തന്നെ തുടർന്നു. മഞ്ജുനാഥിനെ അന്വേഷിക്കുന്നതിൽ കാര്യമായ ഒരു പുരോഗതി ഉണ്ടായില്ലെന്ന് മാത്രവുമല്ല, അന്ന് ആരും തന്നെ മഞ്ജുനാഥിന്റെ വീട്ടിൽ നിന്ന് പുറത്തേക്ക് പോകുകയോ അവിടേക്ക് വരികയോ ചെയ്തിട്ടില്ല. എന്നാലും നവാസിന്റെ നിർദ്ദേശപ്രകാരം അയാളുടെ കൂടെയുള്ളവർ കുറച്ച് മാറിനിന്ന് മുഴുവൻ സമയവും ആ വീടിനെ നിരീക്ഷിക്കുന്നുണ്ടായിരുന്നു. മൂന്നാമത്തെ ദിവസം അന്ത്യയാമത്തിൽ

എപ്പോഴോ ആ ഇരുണ്ടവെളിച്ചത്തിൽ പ്രായമായ ഒരാൾ മഞ്ജുനാഥിന്റെ വീടിന്റെ പുറകുവശത്തെ വാതിൽ തുറന്ന് വീടിന് പുറകിലൂടെയുള്ള വഴിയിലൂടെ പോകുന്നത് മറഞ്ഞുനിന്നിരുന്ന സുഭാഷിന്റെ കണ്ണിൽ പെട്ടു. അയാളുടെ തോളിൽ ബാഗ് എന്ന് തോന്നിക്കുന്ന തരത്തിൽ എന്തോ ഉണ്ട്. സംശയം തോന്നിയ സുഭാഷ് ഉടൻതന്നെ ജീപ്പിൽ കിടന്നുറങ്ങിയിരുന്ന രാജന്റെ അടുത്തെത്തി വിളിച്ചുണർത്തിയശേഷം വേഗത്തിൽ അയാളോട് താൻ നിന്നിരുന്ന സ്ഥലത്തുനിന്നും മഞ്ജുനാഥിന്റെ വീടിനെ കുറച്ചുനേരം നിരീക്ഷിക്കുവാൻ നിർദ്ദേശിച്ചുകൊണ്ട് സുഭാഷ് നേരത്തെ കണ്ട ആളെ പിന്തുടർന്നു.

അയാൾ കുറച്ച് ഇടവഴികൾ പിന്നിട്ട് ചുറ്റും കമ്പിവേലി കൊണ്ട് കെട്ടിയ ഒരു കൃഷിസ്ഥലത്തിന്റെ ഗേറ്റും തുറന്ന് കടന്നു പോയി. പിന്തുടർന്ന് പുറകെ പോയ സുഭാഷ്, മുന്തിരി കൃഷി ചെയ്യുന്ന വലിയ തോട്ടവും കടന്ന് ചെന്നപ്പോൾ കണ്ടത് ആ തോട്ടത്തിന് നടുവിലായി ഒരു ചെറിയ വീട്, രണ്ടു മൂന്ന് കാളവണ്ടികൾ, തൊട്ടടുത്തായി ഒരു വലിയ തൊഴുത്തുമാണ്. ആ വീടിന്റെ കോലായിൽ മൂന്നുനാലുപേർ പുതച്ച് മൂടി കിടന്നുറങ്ങുന്നുണ്ട്. മഞ്ജുനാഥിന്റെ വീട്ടിൽനിന്നും വന്നയാൾ തോളിൽ ഉണ്ടായിരുന്ന ബാഗ് പോലെയുള്ള വസ്തു ആ വീടിന്റെ വാതിലിന് മുൻപിൽ വെച്ചശേഷം തൊട്ടടുത്തുള്ള തൊഴുത്തിന് അരികിലായി ഇട്ടിരുന്ന കയറ് കൊണ്ട് നെയ്ത് ഒരു കട്ടിലിൽ കയറി കിടന്നു.

നേരം പുലരാൻ ഇനിയും കുറച്ച് നാഴികകൾ കൂടി ബാക്കിയുണ്ട്. അതിനാൽ സുഭാഷ് തിരിച്ചുപോകാതെ അവിടെ തന്നെ മറഞ്ഞു നിന്ന് അല്പം കഴിഞ്ഞപ്പോൾ ആരോ വന്ന് ഉമ്മറവാതിൽ തുറന്ന് ആ ബാഗ് എടുത്ത് വീടിനുള്ളിലേക്ക് പോയി. ഉമ്മറത്ത് തൂക്കിയിട്ട റാന്തൽ വിളക്കിന്റെ ആ ഇരുണ്ട വെളിച്ചത്തിൽ അത് മഞ്ജുനാഥ് ആണെന്ന് മനസ്സിലാക്കിയ സുഭാഷ് ഉടൻതന്നെ തിരിച്ച് നവാസിന്റെ അടുത്തെത്തി, കഴിഞ്ഞ കുറച്ച് മണിക്കൂറുകളിൽ നടന്ന സംഭവങ്ങൾ മുഴുവനായി ധരിപ്പിച്ചു. ഒട്ടും സമയം കളയരുതെന്നും ഉടനെത്തന്നെ അവിടെ എത്തുകയാണെങ്കിൽ മഞ്ജുനാഥിനെ പിടിക്കാം കഴിയും എന്നും പറഞ്ഞു.

ഉടൻ തന്നെ നവാസ് കൂടെയുണ്ടായിരുന്ന മുഴുവൻ ആളുകളെയും വിളിച്ചുവരുത്തി. എല്ലാവരും കൂടി സുഭാഷ് കാണിച്ചുകൊടുത്ത വഴികളിലൂടെ പോയി. ആ കൃഷിസ്ഥലത്തിന് ചുറ്റുമുള്ള ഗേറ്റിന് മുൻപിൽ എത്തി. എന്നാൽ സുഭാഷ് കുറച്ച് സമയങ്ങൾക്ക് മുൻപ് പോയപ്പോൾ തുറന്നുകിടന്നിരുന്ന ഗേറ്റ് ആരോ അപ്പോഴേക്കും

പൂട്ടിയിരുന്നു. ആരെങ്കിലും ഗേറ്റ് തുറക്കാൻ വരാതിരിക്കില്ല എന്ന പ്രതീക്ഷയിൽ കുറച്ച് മാറിനിന്നു. ഈ സമയം മഞ്ജുനാഥിന്റെ വീടിനു പരിസരത്ത് നിന്നിരുന്ന ആളുകളെ പെട്ടെന്ന് കാണാതായപ്പോൾ അവർ തിരിച്ചുപോയി എന്ന് കരുതിയ അയാളുടെ ഭാര്യ ഫോൺ ചെയ്തത് പ്രകാരം കുറച്ചു സമയത്തിനുശേഷം ഫാം ഹൗസിൽ നിന്നും പുറത്തിറങ്ങിയ മഞ്ജുനാഥിനെ അറസ്റ്റ് ചെയ്യാൻ ശ്രമിക്കുമ്പോഴേക്കും അയാളുടെ കൂട്ടാളികൾ അവിടേക്ക് വരികയും അവരും നവാസിന്റെ കൂടെ ഉണ്ടായിരുന്ന സാദരേന്ദ്ര ദാസുടെ അനുയായികളും കൂടി നല്ല അടി നടന്നു. അതിനൊടുവിൽ കീഴടങ്ങിയ മഞ്ജുനാഥിനെ നവാസ് കസ്റ്റഡിയിൽ എടുത്തു. ഇനി സിറയിൽ കൂടുതൽ സമയം മഞ്ജുനാഥുമായി തങ്ങുന്നത് അത്ര പന്തിയല്ലെന്ന് മനസ്സിലാക്കിയ നവാസും കൂടെയുള്ളവരും മഞ്ജുനാഥിനെയും കൂട്ടി അപ്പോൾത്തന്നെ പുന്നയൂർക്കുളം പൊലീസ് സ്റ്റേഷനിലേക്ക് തിരിച്ചു. ആദ്യ ദിവസത്തെ ചോദ്യം ചെയ്യലിൽ വ്യക്തമായ ഒരു വിവരവും നവാസിന് ലഭിച്ചില്ല എന്ന് മാത്രവുമല്ല, അയാൾ മുൻപ് ഒരിക്കൽ നവാസിനോട് ഫോണിലൂടെ പറഞ്ഞ കാര്യം തന്നെ ആവർത്തിച്ചുകൊണ്ടിരുന്നു.

ചോദ്യം ചെയ്തു തല പെരുത്തപ്പോൾ പട്രോളിങ്ങിനാണെന്നു പറഞ്ഞ് നവാസ്, പൊലീസ് ജീപ്പും എടുത്തു സുഭാഷിനെയും കൂട്ടി സ്റ്റേഷനിൽ നിന്നും ഇറങ്ങി. പട്രോളിങ്ങിനിടയിൽ സുഭാഷ് ചോദിച്ചു.

“സാറേ, നമുക്ക് ആ മനയിലെ മാധവനെയും അയാളുടെ മകൻ സോമശേഖരനെയും ഒന്നുകൂടി ഒന്ന് ചോദ്യം ചെയ്താലോ? ചിലപ്പോ കേസിന് പ്രയോജനപ്പെടുന്ന എന്തെങ്കിലും വിവരം കിട്ടുമെന്ന് എന്റെ മനസ്സു പറയുന്നു. കുറച്ചു ദിവസമായില്ലേ സാർ, നമ്മൾ ഈ ഇരുട്ടിൽ തപ്പൽ തുടങ്ങിയിട്ട്. മഞ്ജുനാഥിനെ അറസ്റ്റ് ചെയ്തു കൊണ്ടുവന്ന് ചോദ്യം ചെയ്തിട്ടും കേസ് മുൻപോട്ട് പോകുന്ന ലക്ഷണം കാണുന്നില്ല. മനയിൽ കുറച്ചുദിവസം മുൻപ് നമ്മൾ ചോദ്യംചെയ്തതിൽ അവർ എന്തോ മറച്ചു വെക്കുന്നതുപോലെ ഒരു തോന്നൽ.”

“എനിക്കും അത് തോന്നിയിരുന്നു.” നവാസ് പറഞ്ഞു. “പക്ഷേ ഇനി അവിടെ പോയി ചോദ്യം ചെയ്യുക എന്നുപറയുന്നത് തീക്കൊള്ളികൊണ്ട് തല ചൊറിയുന്നപോലെ ആകും. തനിക്കറിയാലോ സുഭാഷേ, മേൽ ഉദ്യോഗസ്ഥന്റെ തറവാടാണ് അനുമതി ഇല്ലാതെ ആദ്യത്തെ തവണതന്നെ ചോദ്യചെയ്തത്. അയാൾക്ക് തീരെ ഇഷ്ടപ്പെട്ടിട്ടില്ല എന്നു മാത്രവുമല്ല, താക്കീത് തന്നിട്ടുമുണ്ട്.

ഇനി അനുവാദം കൂടാതെ ഇത്തരം കാര്യങ്ങൾ ആവർത്തിച്ചാൽ അയാൾ സസ്പെൻഷൻ ലെറ്റർ അടിച്ചു കൈയിൽ തരും. അല്ലെങ്കിലും ഞാൻ മൃതദേഹം പോസ്റ്റ്മോർട്ടം ചെയ്യാൻ ആംബുലൻസ് വിളിച്ചതൊന്നും അദ്ദേഹത്തിന് അത്രയ്ക്കങ്ങോട്ട് ദഹിച്ചിട്ടില്ല."

വരുന്നിടത്തുവെച്ചു കാണാം എന്നും പറഞ്ഞുകൊണ്ട് മനയിലേക്ക് പോകാൻ തീരുമാനിച്ചു. പോകുന്നവഴിക്ക് നവാസ് ജീപ്പ് രാജന്റെ കടയുടെ മുന്നിൽ നിർത്തി കടയിലേക്ക് പോയി രാജനോട് കാരമ്പത്തൂർ മനയിലേക്കുള്ള ടെലിഫോൺ കണക്ഷൻ ഒരു മണിക്കൂറിനുള്ളിൽ കട്ട് ചെയ്യാൻ വേണ്ടത് ചെയ്യാൻ പറഞ്ഞ ശേഷം പോയി. രാജനെ ആ കാര്യം ഏൽപ്പിക്കുമ്പോൾ നവാസിന് അറിയാമായിരുന്നു അയാൾ അത് കൃത്യമായി ചെയ്യുമെന്ന്. കാരണം അയാളുടെ കൂടെ എന്തിനും ഏതിനും കൂടെനിൽക്കാൻ പുന്നയൂർക്കുളത്ത് ഒരുപാട് ചെറുപ്പക്കാർ ഉണ്ടെന്ന്. ഇത്തരം കാര്യങ്ങളിൽ മറ്റാരേക്കാളും കൂടുതൽ രാജനെ വിശ്വസിക്കുകയും ചെയ്യാം. ഒരു മണിക്കൂറിനു ശേഷം നവാസ് തന്റെ ഫോണിൽ നിന്ന് മനയിലെ നമ്പറിലേക്ക് വിളിച്ചുനോക്കുന്നു. കണക്ഷൻ കട്ട് ആയി എന്ന് ഉറപ്പിക്കാനായിരുന്നു അത്. മനയിൽനിന്നും പെട്ടെന്ന് വിവരം ഡി.വൈ.എസ്.പി. സുകുമാരൻസാർ അറിയരുത് എന്ന് മാത്രമേ അയാൾ ഉദ്ദേശിച്ചുള്ളൂ. അതല്ല രണ്ടാം വട്ടവും ചോദ്യം ചെയ്ത് ഒരു വിവരവും കിട്ടിയില്ലെങ്കിൽ കാര്യങ്ങൾ വീണ്ടും കൈവിട്ടുപോകും എന്ന് നവാസിന് നിശ്ചയമായിരുന്നു. നിർഭാഗ്യവശാൽ, അവർ കാരമ്പത്തൂർ മനയിൽ ചെല്ലുമ്പോൾ മാധവൻ അവിടെ ഇല്ല. പുറത്തെവിടേക്കോ പോയിരിക്കുകയായിരുന്നു. രണ്ടുപേരും കൂടി സോമശേഖരനെ ചോദ്യം ചെയ്തതിൽ അയാൾ ഒരു കാര്യം അവരോടു പറഞ്ഞു.

"ആ സ്ത്രീ മരിക്കുന്നതിന് ഏകദേശം ഒരു പത്തോ പന്ത്രണ്ടോ ദിവസം മുൻപ് എന്നത്തേയും പോലെ ഞാൻ കുളത്തിന്റെ കരയിൽ കുറച്ചു നേരം ഇരിക്കാൻ പോയതായിരുന്നു. ഏതാണ്ട് ഒരു അഞ്ചു മണി കഴിഞ്ഞു കാണും, ഒരു പുരുഷൻ ആ കുളത്തിന്റെ നടുക്കുള്ള കിണറിനരികിൽ നിൽക്കുന്നത് കണ്ടിരുന്നു. മനയിലെ ആരുമല്ലെന്ന് തനിക്കുറപ്പാണ്. ഞാനപ്പോൾ തന്നെ തിരികെ വീട്ടിലേക്കു പോന്നു. അയാൾ കിണറ്റിലേക്ക് നോക്കിക്കൊണ്ടാണ് നിന്നിരുന്നത്. അതിനാൽ ഞാനയാളുടെ മുഖം കണ്ടില്ല. സാധാരണയായി ആ സമയത്തൊന്നും അങ്ങനെ മനയ്ക്കു പുറത്തുനിന്നും ആരും കുളത്തിൽ ഒന്നും ഇറങ്ങാറില്ല."

“നിങ്ങൾ എന്തിനാണ് ഒറ്റയ്ക്ക് ആ കുളക്കരയിൽ ചെന്നിരിക്കുന്നത്” നവാസ് ചോദിച്ചു.

അയാൾ നൽകിയ മറുപടി വിചിത്രമായിരുന്നു. “ഞാൻ ഒറ്റയ്ക്കായിരുന്നില്ല. അനന്തനും സ്വർണ്ണയും ഇടയ്ക്കൊക്കെ വരാറുണ്ടായിരുന്നു. കൂടെ ചിലപ്പോഴൊക്കെ അവരുടെ കൂട്ടുകാരും കാണും.”

“അവർ ആരാണ്? ഈ തറവാട്ടിലെ ആരെങ്കിലുമാണോ?” നവാസ് ചോദിച്ചു.

“ഇപ്പൊ ഈ തറവാട്ടിലേതാണെന്നു പറയാം. ഒന്ന്, രണ്ട് വർഷമായി ഇവിടെയാണ് താമസം എന്നു മാത്രം. ഈ തറവാട്ടിലെ ആരുടേയും മക്കളൊന്നുമല്ല. അത് രണ്ട് സർപ്പങ്ങളാണ്. അവർ കാരമ്പത്തൂർ മനയിലെ സർപ്പക്കാവിന്റെ അവകാശികളാണ്.” സോമശേഖരൻ പറഞ്ഞു.

അതു കേട്ട നവാസും സുഭാഷും അയാളുടെ മാനസിക നില ശരിയല്ലെന്ന് മനസ്സിലാക്കി മുഖത്തോട് മുഖം നോക്കി തലയാട്ടി.

ആ ചോദ്യം ചെയ്യലിനുശേഷം സോമശേഖരനെ സംശയിക്കപ്പെട്ട ആളുകളുടെ പട്ടികയിൽ നിന്നും നവാസ് പൂർണ്ണമായും ഒഴിവാക്കി. വീണ്ടും തന്നെ ചോദ്യം ചെയ്യാൻ വന്നത് ഇഷ്ടപ്പെടാഞ്ഞിരുന്ന സോമശേഖരൻ, ചോദ്യം ചെയ്യലിനിടയിൽ സുഭാഷിന്റെ കൈയിൽനിന്നും ഒരു അടികിട്ടിയപ്പോൾ രോഷത്തിൽ അരയിൽ അയാൾ സൂക്ഷിച്ചിരുന്ന ഒരു ചെറിയ കത്തിയെടുത്ത് സുഭാഷിന്റെ നേരെ വീശി. അത് തട്ടിമാറ്റിയ നവാസ് അയാളുടെ കഴുത്ത് പിടിച്ചു ഞെരിച്ചപ്പോൾ, അയാൾക്ക് ഈ ലോകത്ത് ഏറ്റവും പകയുള്ളത് പിതാവായ മാധവനോടാണെന്നു മാത്രവുമല്ല, മാധവനെ കൊല്ലാൻ ഒരു അവസരം കാത്തിരിക്കുകയാണെന്നും സോമശേഖരൻ നവാസിനോട് പറഞ്ഞു. അതിന്റെ കാരണം അയാൾ എത്ര ചോദിച്ചിട്ടും നവാസിനോട് വ്യക്തമാക്കിയില്ല.

അവിടെനിന്ന് ഇറങ്ങിയ നവാസ് കോലായിൽ നിന്നിരുന്ന കാര്യസ്ഥൻ കേശവനെ വിളിച്ചു. സോമശേഖരന് മാനസികമായി എന്തോ കാര്യമായ കുഴപ്പമുണ്ടന്ന് പറയുകയും ഏതെങ്കിലും മാനസിക രോഗ വിദഗ്ധനെ ഉടനെ തന്നെ കാണിക്കാനും നിർദ്ദേശിച്ചു. അല്ലെങ്കിൽ അടുത്തുതന്നെ ഒരു മരണം കൂടി ഈ തറവാട്ടിൽ നടക്കും എന്ന് മുന്നറിയിപ്പും നൽകി. പോകാൻ തുടങ്ങുന്നതിനിടയിൽ ശര വേഗത്തിൽ ഒരാൾ നവാസിനെയും തട്ടിമാറ്റിക്കൊണ്ട് മനയിലേക്ക് കയറിപ്പോയി. മുകുന്ദനായിരുന്നു അത്. അപ്പോഴും കോലായിൽ തന്നെ

നിലയുറപ്പിച്ചുനിന്നിരുന്ന കാര്യസ്ഥൻ കേശവന്റെ മുൻപിൽ ഒരു നിമിഷം നിന്ന ശേഷം മുകുന്ദൻ ഈ പോലീസുകാർ എന്തിനാണ് മനയിൽ കയറിയിറങ്ങുന്നതെന്ന് കേശവനോട് ആരാഞ്ഞു. ആ മരിച്ച സ്ത്രീയുടെ അന്വേഷണവുമായി ബന്ധപ്പെട്ടുകൊണ്ട് സോമ ശേഖരനിൽനിന്ന് എന്തോ ചോദിച്ചറിയാൻ വന്നതാണെന്നും മറു പടി പറഞ്ഞതുകേട്ട അയാൾ 'ഉം' എന്നും മൂളികൊണ്ട് മനയുടെ അകത്തേക്ക് കയറിപ്പോയി.

അപ്പോഴേക്കും സുഭാഷ് നടന്ന് മനയുടെ പടിപ്പുരവരെ എത്തി യിരുന്നു. നവാസ് മുൻപിൽ നടന്നിരുന്ന സുഭാഷിനോട് തനിക്ക് ഇപ്പോൾ മനയിലേക്ക് കയറിപ്പോയ ആളെക്കുറിച്ചു എന്തെങ്കിലും അറിയുമോ എന്ന് തിരക്കി. അറിയില്ല എന്ന് പറഞ്ഞ സുഭാഷി നോട് അവിടെ തന്നെ നിൽക്കാൻ നിർദ്ദേശിച്ചശേഷം തിരികെ ചെന്ന് കേശവന്റെ അടുത്തുപോയി ഇപ്പോൾ അകത്തേക്ക് കയറി പ്പോയത് ആരെന്ന് ചോദിച്ചു. അത് മാധവൻ അങ്ങുന്നിന്റെ അനി യൻ മുകുന്ദൻ ആണെന്ന വിവരം മനസ്സിലാക്കിയ നവാസ് നടക്കു ന്നതിനിടയിൽ സംഭാഷണത്തിനിടക്ക് സുഭാഷിനോട് ചോദിച്ചു. "നമ്മൾ രണ്ടുതവണയായി ഇവിടെ വരുന്നത്. ഒരിക്കൽ പോലും ഇയാളെ കണ്ടിട്ടില്ല. മനയിൽ ഉള്ളവരാരും ഇങ്ങനെ ഒരാൾ ഇവിടെ താമസിക്കുന്നതിനെക്കുറിച്ച് ഒരു സൂചനപോലും തന്നിട്ടില്ല. എന്തോ ദുരൂഹത അയാൾക്ക് പിന്നിൽ ഉണ്ട്. അയാൾ സുഭാഷിനെയും വിളിച്ചുകൊണ്ട് നേരെ കുളത്തിനടുത്തേക്കു പോയി.

സോമശേഖരൻ പറഞ്ഞത് വിശ്വാസത്തിൽ എടുക്കുകയാണെ ങ്കിൽ കുളത്തിൽ നിന്നിരുന്ന ആ വ്യക്തി ആരായിരിക്കും, എന്തി നായിരിക്കും കുളത്തിലേക്ക് ഇറങ്ങിയത് എന്നതായിരുന്നു അയാ ളുടെ ചിന്ത മുഴുവൻ. ഇനി ഇതും സോമശേഖരന്റെ ചിത്തഭ്രമത്തിന്റെ സൃഷ്ടികളാകുമോ എന്നുള്ള സംശയവും നവാസിനുണ്ടായിരുന്നു. എന്തായാലും ഇവിടെ വരെ വന്നതല്ലേ, ഒന്ന് നോക്കിയേക്കാം എന്ന് പറഞ്ഞുകൊണ്ട് കുളത്തിൽ ഇറങ്ങാൻ തുടങ്ങുമ്പോഴാണ് നവാസ് ആ കാഴ്ച കാണുന്നത്. കുളത്തിന്റെ ഓരത്ത് ഒരു വലിയ കല്ലിന് മുകളിൽ സോമശേഖരൻ ചോദ്യംചെയ്യലിനിടയിൽ പറഞ്ഞ ആ രണ്ട് സർപ്പങ്ങൾ കിടക്കുന്നതു കണ്ടു.

സുഭാഷ് ഉടനെത്തന്നെ കുറച്ച് മണ്ണ് എടുത്ത് അവയ്ക്കുനേരെ എറിയാൻ ശ്രമിച്ചപ്പോൾ നവാസ് അത് തടഞ്ഞു. ആ സർപ്പങ്ങൾ ഇണചേരുകയാണെന്നും ഇണചേരുന്ന സർപ്പങ്ങളെ ശല്യം ചെയ്യ രുതെന്ന് ഞാൻ എവിടേയോ വായിച്ചിട്ടുണ്ടെന്നും അവയെ ശല്യം ചെയ്യേണ്ട എന്നും പറഞ്ഞു മാറിനിന്നു. കുറച്ചുസമയത്തിനു ശേഷം

കുളത്തിൽ വന്നു നോക്കിയപ്പോൾ അവയെ അവിടെ കാണാനില്ലായിരുന്നു.

കുളത്തിൽ ഇറങ്ങി തിരച്ചിൽ നടത്തിയതിൽ പ്രത്യേകിച്ച് ഒന്നും കിട്ടിയില്ല. മാത്രവുമല്ല, സോമശേഖരൻ കുളത്തിൽ ഒരാളെ കണ്ടു എന്ന് പറഞ്ഞ ദിവസത്തിനു പത്ത് പന്ത്രണ്ട് ദിവസങ്ങൾക്കു ശേഷമാണ് ആ കുളത്തിൽനിന്ന് ആ സ്ത്രീയുടെ മൃതദേഹം പുറത്തെടുക്കുന്നത്. അന്നും ഒരുപാട് ആളുകൾ കുളത്തിലും കരയിലുമായി കൂടിയിരുന്നു. എന്തെങ്കിലും തെളിവ് അവിടെനിന്നും ലഭിക്കാനുള്ള സാദ്ധ്യത കുറവാണെന്ന് നവാസിന് മുൻപുതന്നെ അറിയാമായിരുന്നു. തിരച്ചിൽ മതിയാക്കി കുളത്തിൽ നിന്നും കയറാൻ തുടങ്ങുമ്പോഴാണ് ആ സർപ്പങ്ങൾ കിടന്നിരുന്ന വലിയ കല്ലിന് താഴെയായി ഒരു തീപ്പെട്ടി കിടക്കുന്നത് സുഭാഷിന്റെ ശ്രദ്ധയിൽ പെട്ടത്. ഉടനെ തന്നെ അയാൾ അത് എടുത്ത് നവാസിന് ഏല്പിച്ചുകൊണ്ടു പറഞ്ഞു, "സാറേ, ഈ തീപ്പെട്ടിയിൽ സാർ ഒരു കാര്യം ശ്രദ്ധിച്ചോ, ഇത് കേരളത്തിൽ ഉണ്ടാക്കിയതല്ല എന്ന് തോന്നുന്നു. അതിൽ കമ്പനിയുടെ പേര് മലയാളത്തിലല്ല എന്നും വേറെ ഏതോ ഒരു ഭാഷയിൽ ആണ് എഴുതിയിട്ടുള്ളത്. എന്തായാലും തമിഴ് അല്ല എന്ന് ഉറപ്പാണ്."

നവാസിന് കന്നട ഭാഷയടക്കം ഏഴോ എട്ടോ ഭാഷകൾ സംസാരിക്കാൻ അറിയാം.

സുഭാഷ് തുടർന്നു. "സാറേ, ഇത് വായിക്കാൻ പറ്റുന്ന ഒരാളെ എനിക്കറിയാം. നമ്മുടെ കൊറോത്തയിൽ പള്ളിയുടെ അടുത്ത് ഒരു സുനീഷ്കുമാർ എന്നൊരാൾ താമസിക്കുന്നുണ്ട്. അയാൾ വിവിധ ഭാഷകളിൽ ഗവേഷണം നടത്തിയിട്ടുള്ള ആളായതുകൊണ്ടുതന്നെ ചിലപ്പോ അയാൾക്ക് നമ്മളെ സഹായിക്കാൻ കഴിഞ്ഞേക്കും."

"എന്നാൽ താൻ ജീപ്പ് നേരെ അയാളുടെ വീട്ടിലോട്ട് എടുത്തോ. ഇപ്പൊ തന്നെ ചോദിച്ചേക്കാം."

പോലീസ് ജീപ്പ് മുറ്റത്തു വന്ന് നിന്നപ്പോൾ ഉമ്മറത്ത് കുട്ടികൾക്ക് ക്ലാസ് എടുത്തുകൊണ്ടിരുന്ന സുനീഷ്കുമാർ ആദ്യം പരിഭ്രമിച്ചു. പിന്നീട് അയാൾ ജീപ്പിനടുത്തേക്കു ചെന്ന് "എന്താ സാറേ..?"

"ആരാ ഈ സുനീഷ്?" നവാസാണ് ചോദിച്ചത്.

"ഞാൻ തന്നെ. എന്താ സാറേ."

"ഞങ്ങൾക്ക് നിന്നെക്കൊണ്ട് ഒരു ചെറിയ സഹായം വേണം." കൈയിൽ ഇരുന്ന തീപ്പെട്ടി നവാസ് സുനീഷിന് നേരെ നീട്ടിക്കൊണ്ട്

ചോദിച്ചു. “ഈ കൂടിന്റെ പുറത്ത് എഴുതിയിട്ടുള്ളത് എന്താണ്? ഏതു ഭാഷയിലാണ്?

“സാറേ ഇത് അമൃത എന്നതാണ്. കന്നഡ ഭാഷയിൽ ആണ് എഴുതിയിട്ടുള്ളത്.”

സംശയം വീണ്ടു മഞ്ജുനാഥിലേക്ക് തന്നെയാണ് വിരൽചൂണ്ടുന്നത്. സുനീഷിനോട് ഇനി വല്ല ആവശ്യവും വന്നാൽ വീണ്ടും കാണാം എന്നും പറഞ്ഞുകൊണ്ട് അവർ സ്റ്റേഷനിലേക്ക് പോയി.

മഞ്ജുനാഥിനെ അറസ്റ്റ് ചെയ്തു കൊണ്ടുവന്നിട്ട് ഇന്നേക്ക് രണ്ടാമത്തെ ദിവസമാണ്. രണ്ടാം ദിവസത്തെ ചോദ്യം ചെയ്യലിൽ മഞ്ജുനാഥ് ഒരു കാര്യം സമ്മതിച്ചു. അയാൾ കുറച്ചു മാസങ്ങൾക്ക് മുൻപ് ശോഭയെ കാണാൻ കേരളത്തിൽ വന്നിരുന്നു എന്ന്. മഞ്ജുനാഥിന് ശോഭയോടുള്ള പ്രണയം ചെറിയപ്രായത്തിൽ തൊട്ടുള്ളതാണ്. അവൾ മറ്റൊരാളുടെ കൂടെ ഒളിച്ചോടി പോയപ്പോഴും ആ സ്നേഹത്തിന് ഒട്ടും കുറവുണ്ടായില്ല എന്ന് വേണം പറയാൻ. ആ ഒറ്റക്കാരണത്താലാണ് ശോഭ ഫോൺ ചെയ്ത ഉടനെത്തന്നെ അയാൾ ഇങ്ങോട്ടു വന്നത് എന്ന്. വരാനുള്ള കാരണമായി അയാൾ പറഞ്ഞത്, “സാർ, ഒരുദിവസം എനിക്കൊരു ഫോൺ കോൾ വന്നിരുന്നു. ശോഭയായിരുന്നു വിളിച്ചത്. വളരെ ഇടറിയ ശബ്ദത്തിൽ ആയിരുന്നു അന്ന് അവൾ എന്നോട് സംസാരിച്ചത്. അവളുടെ ഭർത്താവിനെ കുറച്ച് ദിവസമായി കാണാനില്ല എന്നും അവൾക്കു സഹായത്തിനു വേറെ ആരും ഇല്ല എന്നും പറഞ്ഞ് കരഞ്ഞു പറഞ്ഞപ്പോൾ അവളെ സഹായിക്കാനും വിവരങ്ങൾ തിരക്കാനും വേണ്ടി ഞാൻ ഒരുതവണ ഇവിടെ വന്നിട്ടുണ്ട്. അല്ലാതെ വേറെ ഒന്നും എനിക്ക് അറിയില്ല.”

ഉടൻ നവാസ് ചോദിച്ചു.

“എന്നിട്ട് നിങ്ങൾ ശോഭയുടെ ഭർത്താവിനെ കണ്ടെത്തിയോ.”

“ഇല്ല. സാർ കുറച്ചു ദിവസം അന്വേഷിച്ചശേഷം അയാളുടെ വിവരം ഒന്നും കിട്ടാത്തതുകൊണ്ട് ഞാൻ തിരികെ പൊന്നു.”

നവാസ് ചോദിച്ചു, “എന്നാൽ പിന്നെ എന്തിനാണ് അന്ന് ഞാൻ നിങ്ങളോട് കിണറ്റിൽ നിന്നു കിട്ടിയ സ്ത്രീയുടെ മൃതദേഹം തിരിച്ചറിയാൻ വരാൻ പറഞ്ഞപ്പോൾ നിങ്ങൾ വിമുഖത കാട്ടിയത്.”

അതിനുള്ള മറുപടി നൽകാൻ മഞ്ജുനാഥിന് കഴിഞ്ഞില്ലെന്ന് മാത്രവുമല്ല, പിന്നെ അതിന് കാരണമായി പറഞ്ഞത് “ഞാൻ ജോലിയുമായി ബന്ധപ്പെട്ട് തിരക്കിലായിരുന്നു” എന്നാണ്. അത് അത്ര

വിശ്വസനീയമായ ഒരു മറുപടിയായി നവാസിന് തോന്നിയില്ല. അയാൾ എന്തൊക്കെയോ മറച്ചുവെക്കുന്നുണ്ടെന്ന് അയാളുടെ സാവധാനത്തിലുള്ള മറുപടിയിൽ നിന്നും നവാസിന് ഉറപ്പായി.

എ എസ് ഐ സുഭാഷിനെ വിളിച്ചു മാറ്റിനിർത്തിക്കൊണ്ട് നവാസ് പറഞ്ഞു, "താങ്കൾ പോയി അയാൾക്ക് കഴിക്കാൻ എന്തെങ്കിലും വാങ്ങിച്ചു കൊടുക്ക്, എത്ര ചോദിച്ചാലും കുടിക്കാൻ ഒരു തുള്ളി വെള്ളം പോലും നൽകരുത്. ഉറങ്ങാനും സമ്മതിക്കേണ്ട. എപ്പോഴും അയാളുടെ അടുത്ത് ഒരു കോൺസ്റ്റബിൾ അല്ലെങ്കിൽ താങ്കൾ ഉണ്ടായിരിക്കണം" നവാസ് സ്റ്റേഷനിൽനിന്നും വീട്ടിലേക്ക് പോയി.

ഭക്ഷണം ആവശ്യത്തിന് കഴിച്ച മഞ്ജുനാഥ് അടുത്തുനിന്നിരുന്ന സുഭാഷിനോട് വെള്ളം ചോദിച്ചു. അയാൾ അതിനു തയ്യാറായില്ല എന്ന് മാത്രവുമല്ല, മഞ്ജുനാഥിനെ ഒരുപോള കണ്ണടയ്ക്കാൻ സുഭാഷ് സമ്മതിച്ചുമില്ല. നേരം വെളുക്കുന്നതുവരെ അയാൾ വെള്ളത്തിനായി അപേക്ഷിച്ചു. രണ്ട് ദിവസമായി ഉറങ്ങാൻ കഴിയാത്ത അയാൾ ഒരു പത്തു നിമിഷം ഉറങ്ങാൻ അനുവദിക്കണമെന്ന് പറഞ്ഞ് സുഭാഷിന്റെ കാൽക്കൽ വീണു കരഞ്ഞു. അടുത്ത ദിവസം രാവിലെ സ്റ്റേഷനിൽ വന്ന നവാസ് ഇന്നലെ ചോദിച്ച അതേ ചോദ്യം വീണ്ടും ചോദിച്ചു. "എന്തുകൊണ്ടാണ് അന്ന് ഞാൻ നിങ്ങളോട് കിണറ്റിൽ നിന്നു കിട്ടിയ സ്ത്രീയുടെ മൃതദേഹം തിരിച്ചറിയാൻ വരാൻ പറഞ്ഞപ്പോൾ നിങ്ങൾ വരാതിരുന്നത്.."

ഗത്യന്തരമില്ലാതെ അവസാനം മഞ്ജുനാഥ് അത് സമ്മതിച്ചു. "ശോഭയെ ശ്വാസം മുട്ടിച്ചുകൊന്ന് മനയിലെ കിണറ്റിലിട്ടത് ഞാനാണ്."

പൊലീസിനെ ശരിക്കും ഞെട്ടിക്കുന്നതായിരുന്നു.

"ശോഭയുടെ ഭർത്താവ് രാജു, അവളെയും മക്കളെയും ഉപേക്ഷിച്ചുപോയപ്പോൾ വിവരം തിരക്കാൻവന്ന താനുമായി ശോഭ കൂടുതൽ അടുപ്പത്തിലായെന്നും കുറച്ച് ദിവസം ഞങ്ങൾ ഒരുമിച്ച് താമസിച്ചപ്പോൾ ഒരുപാട് അടുത്തു. കുറച്ച് ദിവസം മനസ്സിൽ ചെറുപ്പം മുതലുള്ള തന്റെ ആഗ്രഹം പൂവണിഞ്ഞതിലുള്ള സന്തോഷത്തിൽ കഴിഞ്ഞു. പിന്നീട് ഞാൻ തിരിച്ച് നാട്ടിലേക്കു പോകാൻ തുടങ്ങിയപ്പോൾ, അവൾ അതിന് അനുവദിക്കുന്നുണ്ടായിരുന്നില്ല. പിന്നീട് അവൾ എന്നെ ഭീഷണിപ്പെടുത്താൻ തുടങ്ങി. നിങ്ങൾ പോയാൽ ഞാൻ നിങ്ങളുടെ വീട്ടിൽ വന്ന് ഭാര്യയോട് നമ്മൾ ഒരുമിച്ച് കഴിഞ്ഞ കാര്യങ്ങൾ പറയും എന്ന് പറഞ്ഞു. ഒരു വഴിക്കും

അവൾ എന്നെ മനസ്സമാധാനത്തോടുകൂടി ജീവിക്കാൻ അനുവദിക്കുകയില്ലെന്നും മനസ്സിലാക്കിയ ഞാൻ വേറെ ഒരു വഴിയും ഇല്ലാത്തതിനാൽ അവളെ കൊലപ്പെടുത്തുകയാണ് ഉണ്ടായത്."

ശോഭയുടെ കുട്ടികളെക്കുറിച്ച് നവാസ് ചോദിച്ചപ്പോൾ "എനിക്കറിയില്ല. ഞാൻ ശോഭയെ കാണുമ്പോൾ കുട്ടികൾ അവളുടെ കൂടെ ഉണ്ടായിരുന്നില്ല. ചിലപ്പോൾ ശോഭയുടെ ഭർത്താവ് രാജു മക്കളെയും കൂട്ടി എവിടേക്കെങ്കിലും പോയിട്ടുണ്ടാവും."

ആത്മഹത്യ എന്ന് നവാസ് മുഹമ്മദ് ഒഴികെ മുഴുവൻ ആളുകളും കരുതുകയും എന്നാൽ ഒരേ ഒരാളുടെ നിർബന്ധത്തിൽ മൃതദേഹം പോസ്റ്റ്മോർട്ടത്തിനായി അയയ്ക്കുകയും അങ്ങനെ ആത്മഹത്യ അല്ല എന്ന് മൃതദേഹ പരിശോധനാ റിപ്പോർട്ടിൽ പോലും പരാമർശമുള്ള തെളിയാതെ പോകുമായിരുന്ന ഒരു മരണം കൊലപാതകമായി. കേസ് അന്വേഷണ ചുമതല സർക്കിൾ ഇൻസ്പെക്ടർ കെ. സുരേഷ്കുമാറിന് നൽകി മഞ്ജുനാഥിന്റെ അറസ്റ്റ് രേഖപ്പെടുത്തി ജയിലിലാക്കി.

ഇവിടെ തീരേണ്ടതായിരുന്നു എല്ലാം. തെളിയാത്ത കേസുകളിലേക്ക് മാറാവുന്ന ഒരു അസ്വാഭാവിക മരണം കൊലപാതകമായി മാറിയത് മരിച്ച സ്ത്രീ ആരെന്നറിയുവാനുള്ള ഒരു പൊലീസുകാരന്റെ ആഗ്രഹത്തിലൂടെ ആയിരുന്നു. കുറച്ചു ദിവസത്തിനുശേഷം കാവ്യ എന്ന് പേരുള്ള ഒരു സ്ത്രീ നവാസിനെ കാണാൻ സ്റ്റേഷനിൽ വന്നു. ശോഭയുടെ ഭർത്താവ് രാജുവിന്റെ സഹോദരിയാണ് എന്നാണ് അവർ നവാസിനോട് അവരെ പരിചയപ്പെടുത്തിക്കൊണ്ടു പറഞ്ഞത്.

"സാർ, ശോഭയുടെ കൊലപാതക വാർത്ത ന്യൂസ് പേപ്പറിൽ നിന്നും അറിഞ്ഞു വന്നതാണ്. അവളുടെ ഭർത്താവ് രാജുവിനും തീർച്ചയായും എന്തോ സംഭവിച്ചിട്ടുണ്ട് സാർ. അവനെ കാണാതായിട്ട് ഏകദേശം ഒരു വർഷം ആകാറായി."

കാവ്യ പറഞ്ഞത് ഒരു വർഷം മുൻപുവരെ രാജു എന്നെ എല്ലാ ആഴ്ചകളിലും ഫോൺ വിളിക്കാറുണ്ടായിരുന്നു എന്നാണ്. ഇടയ്ക്ക് ഒരു ദിവസം അത് നിന്നു. നവാസ് വീണ്ടും ആശയക്കുഴപ്പത്തിലായി. മഞ്ജുനാഥ് ശോഭയെ കാണാൻ വന്നു എന്നു പറയുന്ന ദിവസങ്ങളുടെ കണക്കുകളും രാജുവിനെ കാണാനില്ല എന്ന് പറയുന്ന കാവ്യയുടെ കണക്കും തമ്മിൽ തീരെ പൊരുത്തമില്ലാത്തതായിരുന്നു.

"കാവ്യ, ഒരു കാര്യം ചെയ്യൂ, നിങ്ങളുടെ ഫോൺനമ്പറും വിലാസവും അടുത്ത മുറിയിലുള്ള സുഭാഷ് എന്ന പൊലീസ് ഓഫീസറെ

ഏല്പിക്കൂ. നിങ്ങൾ ഇപ്പോൾ തൽക്കാലം തിരിച്ചു പോയ്ക്കോളൂ. കുറച്ചു ദിവസം കഴിഞ്ഞാൽ പ്രതിയെ തുടർനടപടികൾക്കായി പൊലീസ് കസ്റ്റഡിയിൽ കിട്ടും. അപ്പോൾ ഞാൻ അന്വേഷിച്ച് രാജുവിന്റെ എന്തെങ്കിലും വിവരം ലഭിക്കുകയാണെങ്കിൽ നിങ്ങളെ വിളിക്കാം." നവാസിനോട് നന്ദി പറഞ്ഞ് കാവ്യ കർണ്ണാടകയിലേക്ക് തിരിച്ചുപോയി.

നാല്

ശോഭയുടെ മരണത്തിന്റെ തെളിവെടുപ്പും മറ്റും നടത്താൻവേണ്ടി മഞ്ജുനാഥിനെ വീണ്ടും പൊലീസ് കസ്റ്റഡിയിൽ വാങ്ങി. പക്ഷേ, അയാളെ കിട്ടിയ ഉടനെ നവാസ് രാജുവിനെക്കുറിച്ച് അന്വേഷിച്ചുവെങ്കിലും തനിക്കറിയില്ല എന്ന മറുപടിയിൽ ഉറച്ചു നിന്നു. തിരിച്ചും മറിച്ചും ചോദ്യം ആവർത്തിച്ചപ്പോൾ നിക്കക്കള്ളി ഇല്ലാതെ രാജുവിനെ ശോഭയും താനും കൂടി കൊലപ്പെടുത്തിയതാണെന്ന് മഞ്ജുനാഥ് സമ്മതിച്ചു.

"ശരിക്കും ഷോക്കായി പോയി." ഇങ്ങനെയാണ് ഇതേക്കുറിച്ച് നവാസ് പറഞ്ഞത്.

"ശോഭയും മഞ്ജുനാഥും തമ്മിലുണ്ടായ ബന്ധത്തിന് തടസ്സമാണ് എന്ന് തോന്നിയ രാജുവിനെ ഉറങ്ങുന്ന നേരത്ത് രണ്ടുപേരും കൂടി കഴുത്തിൽ കയറിട്ടുമുറുക്കി കൊന്നു അതിനു ശേഷം രാത്രി മൂന്നുമണിയോടുകൂടി അയാളെ രണ്ടുപേരും കൂടി അയാളുടെ മൃതദേഹവും ചുമന്ന് മനപ്പറമ്പിലെ കാടുപിടിച്ചു കിടക്കുന്ന സ്ഥലത്തു കൊണ്ടുപോയി കത്തിച്ചു. രാജുവിന്റെ ശരീരം മനസ്സിലാകാത്ത വിധം കത്തിക്കരിഞ്ഞു എന്ന് തോന്നിയപ്പോൾ തീ കെടുത്തി. അപ്പോഴാണ് കുറെ ദൂരെയായി മനയുടെ പടിപ്പുരയുടെ ഭാഗത്തു നിന്നും ഒരു വെളിച്ചം കണ്ടത്. ആരെങ്കിലും ഇങ്ങോട്ട് വരികയാണെന്ന് കരുതി ഉടനെ തന്നെ ഞങ്ങൾ അവിടെ നിന്നും മാറി നിന്നു. കുറച്ച് സമയത്തിനുശേഷം വീണ്ടും വന്ന് കത്തിക്കരിഞ്ഞ രാജുവിന്റെ ശരീരഭാഗങ്ങൾ ഒരു വലിയ ചാക്കിൽ കെട്ടി മനയിലെ കുളത്തിൽ നടുക്കിലുള്ള ഉപയോഗശ്യൂന്യമായ കിണറ്റിൽ കൊണ്ടിട്ടു. അത് പിന്നീട് പൊങ്ങിവരാതിരിക്കാൻ ആ ചാക്കിൽ ഒരു വലിയ കല്ല് കൂടി ഇട്ടുകൊണ്ടാണ് കെട്ടിയത്." മഞ്ജുനാഥ് പറഞ്ഞു.

സർക്കിൾ ഇൻസ്പക്ടർ കെ. സുരേഷ്കുമാറിനായിരുന്നു അന്വേഷണത്തിന്റെ ചുമതല. അദ്ദേഹത്തെ സഹായിച്ചിരുന്നതിന് എസ്.ഐ. നവാസ് ആയിരുന്നു. ശോഭയെ എങ്ങനെയാണ് കൊലപ്പെടുത്തിയത് എന്ന് വിശദീകരിക്കാൻ മഞ്ജുനാഥിനോട് പറഞ്ഞപ്പോൾ, അയാൾ പറഞ്ഞു.

“രാജുവിനെ കൊന്ന് കുളത്തിലെ കിണറ്റിൽ കെട്ടി താഴ്ത്തി. അതിനുശേഷം കുറച്ചു നാൾ ഞാനും ശോഭയും ഒരുമിച്ച് കഴിഞ്ഞു. ആദ്യത്തെ കുറേ ദിവസങ്ങൾ ഞാൻ നല്ലതുപോലെ ആഘോഷിച്ചു. പിന്നീട് അവൾ എന്നെ എന്റെ ഗ്രമത്തിലേക്ക് പോകാൻ അനുവദിക്കാതെ ഇരുന്നപ്പോൾ എന്റെ ചിന്ത മുഴുവനും അവളെ എങ്ങനെ ഒഴിവാക്കാം എന്നതായിരുന്നു. അങ്ങനെ തക്കം പാർത്തിരുന്ന ഒരു ദിവസം ഞാൻ മനപ്പറമ്പിനടുത്തുള്ള ഒരു മരത്തിന് താഴെ ചാരായം കുടിച്ചുകൊണ്ട് ഇരിക്കുമ്പോഴാണ് കാലുകൊണ്ടുവയ്യാത്ത ഒരാളെ കാണുന്നത്. മദ്യപിച്ചുകൊണ്ടിരുന്ന എന്നെ കണ്ടതും അടുത്ത് വന്ന് അയാൾ അയാളുടെ ആ മുഷിഞ്ഞ സഞ്ചിയിൽ നിന്നും ഒരു ചിരട്ട എടുത്ത് എനിക്കുനേരെ നീട്ടി, അയാൾക്കും കുറച്ചു മദ്യം കൊടുക്കാൻ ആംഗ്യം കാണിച്ചു. ഞാൻ അയാൾക്ക് ആ ചിരട്ട നിറച്ചും മദ്യം ഒഴിച്ചുകൊടുത്തു. അതിനിടയിൽ അയാൾ തന്റെ ആ മുഷിഞ്ഞ തുണിസഞ്ചി തുറന്ന് എന്തോ എടുക്കാൻവേണ്ടി ശ്രമിക്കുന്നതിനിടയിൽ ആ സഞ്ചിയുടെ കീറിയ ദ്വാരത്തിലൂടെ അതിനകത്തുനിന്നും തിളക്കമുള്ള എന്തോ ഒരു വസ്തു താഴെ വീണു. ബദ്ധപ്പെട്ട് അയാൾ അത് എടുത്ത് വീണ്ടും സഞ്ചിയിൽതന്നെ തിരുകിവെച്ചു. ഒരു മിന്നായംപോലെ മാത്രമേ ഞാനത് കണ്ടുള്ളൂ. എന്താണെന്ന് സൂക്ഷിച്ച് നോക്കുമ്പോഴേക്കും അയാൾ അയാളുടെ സഞ്ചി മുറുക്കികെട്ടി അതിൽ ചാരി ഇരുന്ന് വീണ്ടും മദ്യസേവ തുടർന്നു. മദ്യപിച്ച് മത്തുപിടിച്ച അയാൾ ആ മരത്തിന് താഴെ തന്നെ കിടന്ന് വലിയ ശബ്ദത്തിൽ കൂർക്കംവലിച്ച് ഉറങ്ങാൻ തുടങ്ങി. ഞാൻ അവിടെ നിന്നും എണീറ്റു പോകാൻ തുടങ്ങിയതായിരുന്നു. അപ്പോഴാണ് എനിക്ക് കുറച്ച് മുൻപ് അയാളുടെ സഞ്ചിയിൽ നിന്നും വീണ വസ്തുവിനെക്കുറിച്ച് ഓർമ്മ വന്നത്. പതിയെ ഞാൻ അയാളുടെ സഞ്ചി തുറന്നു നോക്കിയപ്പോൾ കണ്ടത്. അത് ഒരുപാട് ചുവന്ന കല്ലുകൾ പതിച്ച ഒരു ആഭരണമായിരുന്നു. ആദ്യമാത്രയിൽ തനിക്ക് തോന്നിയത് അത് ക്ഷേത്രങ്ങളിലെ ഏതോ ആഭരണം ആണെന്നാണ്. കുഞ്ഞിക്കേളു അത് എവിടെനിന്നെങ്കിലും മോഷ്ടിച്ചതാകും എന്ന് കരുതി ഞാൻ വേഗം ആ സഞ്ചി അതുപോലെ തന്നെ കെട്ടിവെച്ച് ഒരുവിധം തപ്പി തടഞ്ഞു. ഞാൻ ശോഭ താമസിച്ചിരുന്നിടത്തേക്കും പോയി.”

“നിങ്ങൾക്ക് അവിടെ അങ്ങനെ ഒരു കുളം ഉണ്ട് എന്ന് എങ്ങനെ അറിയാം?” സി.ഐ സുരേഷ്കുമാർ ചോദിച്ചു.

“ഞങ്ങൾ ടെന്റ് കെട്ടി താമസിക്കുന്നതിന്റെ അടുത്ത് സർപ്പങ്ങളെ പൂജിക്കുന്ന ഒരു കാവുണ്ടെന്ന് ആരോ പറഞ്ഞതറിഞ്ഞ് ശോഭയാണ് അവിടേക്ക് പ്രാർത്ഥിക്കുവാൻ വേണ്ടി കൈയിൽ തിരിയും വിളക്കിൽ ഒഴിക്കാനുള്ള എണ്ണയുമായി ആദ്യം അവിടെ പോയത്. ഞങ്ങളുടെ ഗ്രാമത്തിലൊക്കെ അത് പതിവുള്ളതാണ്. പക്ഷേ അവിടെ പൂജയൊന്നും ഇല്ലെന്നും കാടുപിടിച്ചു കിടക്കുകയാണെന്നും അവിടേക്ക് അന്യർക്ക് പ്രവേശനമില്ല എന്നൊന്നും അവൾക്കറിയില്ലായിരുന്നു. തിരിച്ചുപോകാൻ തുടങ്ങുമ്പോഴാണ് അവൾ തൊട്ടടുത്തുള്ള കുളം ശ്രദ്ധിക്കുന്നത്. എന്നാൽ കുളിക്കാനും മുഴിഞ്ഞ തുണികളും മറ്റും കഴുകാൻ പറ്റുന്നതാണോ എന്ന് നോക്കാൻ വേണ്ടി അവൾ അതിന്റെ അടുത്തുവരെ പോയിരുന്നു. എന്നാൽ അത് ഉപയോഗശൂന്യമായതാണെന്നും മനസ്സിലാക്കി അപ്പോൾ തന്നെ തിരിച്ചു പോന്നു. സാർ, ശോഭയാണ് അവിടെ ഒരു കുളം ഉണ്ടെന്ന് എന്നോട് ആദ്യം പറയുന്നത്. മൃതദേഹം ഒരു ചാക്കിൽ ആക്കി ആ കിണറ്റിൽ കെട്ടിത്താഴ്ത്താനുള്ള ആശയവും അവളുടെതന്നെയായിരുന്നു.” മഞ്ജുനാഥ് പറഞ്ഞു.

ഉടൻ തന്നെ സി ഐ സുരേഷ്കുമാർ അടുത്ത് നിന്നിരുന്ന നവാസിനോട് അടിയന്തിരമായി മനയിൽ പോകാനും ഇയാൾ പറയുന്നത് വാസ്തവമാണോ എന്ന് അറിയാൻ ആ കുളത്തിലെ കിണർ എത്രയും പെട്ടെന്ന് വറ്റിക്കാൻ വേണ്ട എല്ലാ കാര്യങ്ങൾക്കും വേണ്ടി നിർദ്ദേശം കൊടുത്തു. പൊലീസ് സ്റ്റേഷനിൽ അപ്പോൾ ഉണ്ടായിരുന്ന നാല് കോൺസ്റ്റബിളിനെയും കൂട്ടി നവാസ് കാരമ്പത്തൂർ മനയിലേക്ക് പോയി. പോകുന്നതിനിനിടയിൽ ജീപ്പിൽ ഇരുന്നുകൊണ്ട് ആർക്കൊക്കെയോ ഫോൺ ചെയ്തു. വെള്ളം വറ്റിക്കാനുള്ള മോട്ടോർ പമ്പും അതിലിറങ്ങാൻ ഒരു ആളെയും സംഘടിപ്പിച്ച് പെട്ടെന്ന് വരാൻ പറഞ്ഞു. നവാസും പൊലീസുകാരും മനയിൽ എത്തി കുറച്ച് സമയം കഴിയുമ്പോഴേക്കും സഖാവ് രാജനും രണ്ടു നാലുപേരും കൂടി ഒരു പമ്പുമായി ഒരു വാഹനത്തിൽ അവിടെ എത്തി.

പൊലീസുകാർ കുളത്തിനുചുറ്റും നിൽക്കുന്നത് ദൂരെ നിന്നും കണ്ട മനയിലെ കാര്യസ്ഥൻ കേശവൻ കാര്യം എന്താണെന്ന് അറിയുന്നതിനായി അവിടേക്ക് വന്നു. അയാളോട് നവാസ് ചോദിച്ചു.

“ഈ കിണറിന് എത്രത്തോളം ആഴം കാണും.”

“തനിക്ക് കൃത്യമായി അറിവില്ല.”

ഒരു പത്തുപതിനെട്ട് വർഷമായി ഞാൻ ഇവിടെ കാര്യസ്ഥനായിട്ടുണ്ട്. അതിനുശേഷം അത് വൃത്തിയാക്കിയതായി എന്റെ ഓർമ്മയിലില്ല. അതിനെപ്പറ്റി അറിയണമെങ്കിൽ ഒന്നുകിൽ മാധവൻ അങ്ങുന്നിനോട് അല്ലെങ്കിൽ അദ്ദേഹത്തിന്റെ അനിയനോട് ചോദിക്കേണ്ടി വരും."

"അത് വേണ്ട. വെള്ളം വറ്റിക്കാൻ വേണ്ടത് ഞങ്ങൾ ചെയ്തു കൊള്ളാം." നവാസ് രാജന് വേണ്ട നിർദ്ദേശങ്ങൾ കൊടുത്തു.

പതിനഞ്ച് അടിയോളം വെള്ളം വറ്റിച്ചപ്പോൾ പിന്നെ നിറയെ ചളിയാണ്. പമ്പിലൂടെ വെള്ളം തീരെ എടുക്കാതെ ആയി. പിന്ന ആകെക്കൂടി ചെയ്യാൻ കഴിയുന്നത് ബാക്കിയുള്ള ചളി കോരി വറ്റിക്കുകയാണ്. അപ്പോഴേക്കും നേരം ഇരുട്ടി. തൽക്കാലം അത് നിർത്തി വെച്ചുകൊണ്ട് നാളെ അതിരാവിലെ കാണാം എന്നും പറഞ്ഞ് അവർ അന്നത്തേക്ക് പിരിഞ്ഞു.

അതിരാവിലെ തന്നെ കഴിഞ്ഞ ദിവസം എസ്.ഐ നവാസിനൊപ്പം ഉണ്ടായിരുന്ന മുഴുവൻ ആളുകളും മനയിൽ എത്തി. മനയിൽ ഇങ്ങനെ ഒരു സംഭവം നടക്കുന്നുണ്ട് എന്ന് അറിഞ്ഞ കുറച്ച് പ്രദേശവാസികളും കുളത്തിനു ചുറ്റും ആകാംക്ഷയോടെ കൂടി നിന്നു. അപ്പോഴേക്കും രാജൻ വലിയ ഒരു മുള എടുത്തുകൊണ്ട് കിണറ്റിനരികിൽ എത്തി എന്തിനാണെന്ന് കരയിൽ നിന്നും ആംഗ്യത്തിൽ ചോദിച്ച നവാസിനോട് ഈ കുളത്തിന്റെ ആഴം നോക്കാനാണെന്നും പറഞ്ഞുകൊണ്ട് കയ്യിലുള്ള ആ മുള കിണറ്റിലേക്ക് ഇറക്കി. അത് താഴെ തറയിൽ തട്ടി എന്ന് തോന്നിയപ്പോൾ മുള പുറത്തേക്ക് എടുത്ത് നവാസിനോട് ഉറക്കെ വിളിച്ചു പറഞ്ഞു, "സാറേ, ഏകദേശം ഒരു മുപ്പത് അടിയോളം ആഴമുണ്ട്. പതിനാല് അടിയിൽ കൂടുതൽ ചളി വറ്റിക്കേണ്ടിവരും."

അതിനുവേണ്ട കാര്യങ്ങൾ ഒരു ഭാഗത്ത് നടക്കുന്നുണ്ടായിരുന്നു. സൂര്യൻ ഉച്ചസ്ഥായിൽ എത്തിയപ്പോഴേക്കും ഏതാണ്ട് ചളി എടുക്കൽ ജോലി ഭൂരിഭാഗവും അവസാനിച്ചു. ഒരാൾ കുളത്തിന്റെ കരയിലുള്ള പാലമരത്തിൽ കെട്ടിയ കയറിൽ പിടിച്ചുകൊണ്ട് സാവധാനം കിണറ്റിലേക്ക് ഇറങ്ങി. അയാൾ ഒരു കമ്പ് കൊണ്ട് കുത്തി നോക്കുമ്പോൾ ആ കമ്പ് എന്തിലോ തട്ടി. പതുക്കെ അയാൾ കിണറ്റിലേക്ക് ഇറങ്ങി.

സാവധാനത്തിൽ കിണറ്റിൽ ഉള്ള ചളിയിൽ കാൽ ചുഴറ്റിയ അയാളുടെ കാലിൽ ഉറപ്പുള്ള എന്തോ തടഞ്ഞു. കിണറിനുള്ളിൽ നിന്നും മുകളിലേക്ക് നോക്കി ഉറക്കെ വിളിച്ചു പറഞ്ഞു "സാറേ, ഇതിൽ എന്തോ ഉണ്ട്."

കിണറിന്റെ പരിസരത്തും കുളത്തിനും ചുറ്റും കൂടിനിന്നിരുന്നവർ എല്ലാം അതുകേട്ട് നിശ്ശബ്ദരായി ആകാംക്ഷയോടെ കിണറിന്റെ ഭാഗത്തേക്കുതന്നെ നോക്കിനിന്നു. ഉടൻതന്നെ കിണർകരയിൽ നിന്നിരുന്ന എ എസ് ഐ സുഭാഷ് ഒരു കയർ താഴ്ത്തേക്ക് ഇട്ടുകൊടുത്തശേഷം പറഞ്ഞു.

“ആ വസ്തു കയറിൽ മുറുക്കി കെട്ട്. ഞങ്ങൾ വലിച്ച് കയറ്റി കൊള്ളാം.”

കിണറിൽ ഇറങ്ങിയവൻ ഒരുവിധം ആ വസ്തു കയറിൽക്കെട്ടി അത് വലിച്ചു മുകളിൽ എത്തിച്ചപ്പോൾ പുറത്തുള്ളവർ അക്ഷരാർത്ഥത്തിൽ ഞെട്ടി. അതൊരു ലോഹത്തിൽ തീർത്ത, മൂന്ന് അടിയോളം വലിപ്പമുള്ള സർപ്പവിഗ്രഹം ആയിരുന്നു. രാജൻ പോയി കുറച്ച് വെള്ളം കൊണ്ടുവന്ന് അതിന് മുകളിൽ ഒഴിച്ച് വൃത്തിയാക്കി. അപ്പോൾ അത് കുറച്ചു കൂടി കാണാൻപറ്റുന്ന വിധമായി. ഉടനെ അതിന്റെ തൊട്ടടുത്ത് നിലയുറപ്പിച്ചിരുന്ന ഏതോ ഒരു പ്രദേശവാസി പറയുന്നുണ്ടായിരുന്നു. “സാറേ, അത് ഇരുമ്പാണ്.”

എന്നാൽ അതുകണ്ട കാര്യസ്ഥൻ കേശവൻ, “സാറേ ഇത് വർഷങ്ങൾക്ക് മുൻപ് മനയിൽ നിന്നും കാണാതെപോയ പഞ്ചലോഹങ്ങളിൽ തീർത്ത സർപ്പവിഗ്രഹമാണ്. (അതായതു പുരാതന കാലം മുതൽക്കേ വിഗ്രഹങ്ങൾ ഉണ്ടാക്കുവാൻ ഉപയോഗിക്കുന്ന ഭാരതീയലോഹക്കൂട്ടാണ് പഞ്ചലോഹം, വെങ്കലം അഥവാ ഓട് ഇരുമ്പ്, ചെമ്പ്, വെളുത്തീയം എന്നീ ലോഹങ്ങളുടെ കൂട്ടാണ്. ഇവയിൽ വെള്ളി, സ്വർണ്ണം നാമമാത്രമായ അളവിൽ ചേർത്താണ് പഞ്ചലോഹം വിഗ്രഹങ്ങൾ ഉണ്ടാക്കുന്നത്) സർപ്പക്കാവിലെ ചില വിശേഷ ദിവസങ്ങളിൽ മാത്രം മനയുടെ നിലവറയിൽ നിന്നും പഞ്ചലോഹത്തിൽ തീർത്ത സർപ്പ വിഗ്രഹം പുറത്തെടുത്തു കാവിലേക്ക് കൊണ്ടുവരും. പിന്നീടത് രാത്രി പൂജയ്ക്കുശേഷം തിരിച്ചുകൊണ്ടുപോയി അവിടെ തന്നെ വെക്കാറാണ് പതിവ്. എന്നാൽ കുറച്ച് വർഷങ്ങൾക്കുമുൻപ് അത് നിലവറയിൽ നിന്നും കാണാതെയായി. പിന്നെ വർഷങ്ങളായി കാവിലെ ചടങ്ങുകൾ ഒന്നും നടക്കാറില്ലാഞ്ഞതിനാൽ അതിന്റെ ആവശ്യം ഉണ്ടായില്ലെന്ന് പറയേണ്ടി വരും. മാത്രവുമല്ല, മനയിലെ ആർക്കും പൊലീസിൽ പരാതി നൽകുന്നതിൽ അത്ര വലിയ ശുഷ്കാന്തി ഒന്നും ഉണ്ടായിരുന്നില്ല.”

നവാസ് അതിന് മറുപടിയായി പറഞ്ഞത് എന്തായാലും പരാതി കൊടുക്കാത്തതിനാൽ നിയമാനുസൃതമായി മാത്രമേ എന്തെങ്കിലും ചെയ്യാൻ കഴിയൂ. ഇത് തിരിച്ചു കിട്ടണമെങ്കിൽ ആദ്യം ഇത് മനയിലേതെന്ന് തെളിയിക്കാൻ ഉതകുന്ന എന്തെങ്കിലും ഹാജരാക്കേണ്ടി

വരും. നവാസ് നിർദ്ദേശിച്ചതനുസരിച്ച് ആ വിഗ്രഹം നല്ലപോലെ പൊതിഞ്ഞു അവിടെ തന്നെ സൂക്ഷിച്ചു. അപ്പോഴേക്കും കിണറ്റിനുള്ളിലുള്ളവൻ വീണ്ടും വിളിച്ചു "സാറേ, ആ കയർ ഒന്നുകൂടി താഴേക്ക് ഇട്. ഇതിൽ വേറെ എന്തൊക്കയോ ഉണ്ട്."

കയറിൽ കെട്ടി അടുത്ത തവണ പുറത്തെത്തിച്ചത് മഞ്ജുനാഥും ശോഭയും കൂടി കിണറ്റിൽ ഇട്ടു എന്ന് പറയുന്ന ചാക്ക് ആയിരുന്നു. പ്ലാസ്റ്റിക് ചാക്കായതുകൊണ്ട് കിണറ്റിലെ ചളിയിൽ ഇത്രയും ദിവസങ്ങൾ കിടന്നിട്ടും വലിയ കേടുപാടുകൾ ഒന്നും പറ്റിയിട്ടുണ്ടായിരുന്നില്ല. അത് തുറന്നു നോക്കിയ സുഭാഷും അവിടെ കൂടി നിന്നവരും കണ്ടത് അതിനുള്ളിൽ ഒരു വലിയ കല്ലും ചോദ്യം ചെയ്യലിൽ ശോഭയുടെ ഭർത്താവ് രാജുവിന്റേതെന്ന് മഞ്ജുനാഥ് പറഞ്ഞ കത്തിക്കരിഞ്ഞതിനു ശേഷമുള്ള കുറച്ചു അസ്ഥികളും ആയിരുന്നു. അടിയന്തിരമായി നവാസ് സ്റ്റേഷനിലേക്കു വിളിച്ച് ഫോറൻസിക് വിഭാഗത്തിൽ അറിയിക്കാനുള്ള ഏർപ്പാടുകൾ നടത്താൻ നിർദ്ദേശിച്ചു. കിണറ്റിൽ നിന്നും കിട്ടിയ രാജുവിന്റേതെന്നു കരുതപ്പെടുന്ന മൃതദേഹ അവശിഷ്ടങ്ങൾ വിദഗ്ധ പരിശോധനയ്ക്ക് കൊടുത്തയയ്ക്കുന്നതിനായി മറ്റൊരു കവറിലേക്കു മാറ്റി. പൊലീസ് സംഘം സ്റ്റേഷനിലേക്ക് പോയി.

അടുത്ത ദിവസം രാവിലെ തന്നെ ഫോറൻസിക് വിഭാഗത്തിനുള്ള ഡോ. വിവേക് സ്റ്റേഷനിൽ എത്തി നവാസിനെ കണ്ടു. നവാസ് കേസിന്റെ ഒരു ചുരുക്കരൂപം വിവേകിനോട് പറഞ്ഞശേഷം ആ മൃതദേഹാവശിഷ്ടങ്ങൾ പരിശോധനയ്ക്കുവേണ്ടി കൈമാറി.

ശോഭയെ കൊലപ്പെടുത്തിയത് എങ്ങനെ എന്ന് വിശദീകരിക്കാൻ വീണ്ടും പറഞ്ഞ സി ഐ സുരേഷിനോട് മഞ്ജുനാഥ് വിവരിച്ചത്. "ആ ദിവസങ്ങളിൽ എന്റെ മുഴുവൻ സമയ ചിന്തയും ശോഭയെ എങ്ങനെ ഒഴിവാക്കി സ്വന്തം നാടായ സിറയിലേക്കു പോകാം എന്നതിനെക്കുറിച്ചായിരുന്നു. അവസാനം എന്റെ മനസ്സിൽ ഒരു ആശയം ഉരുത്തിരിഞ്ഞുവന്നു. ശോഭയെ കൊലപ്പെടുത്തിയ അന്ന് രാത്രി, ആട്ടിറച്ചി അവൾക്ക് വളരെ ഇഷ്ടമാണെന്ന് അറിയാമായിരുന്ന ഞാൻ പുറത്തുപോയി വരുമ്പോൾ അതും വാങ്ങിച്ചു കൊണ്ടാണ് വന്നത്. ഞാൻ സാധാരണ ദിവസങ്ങളിൽ ഉള്ളതിനേക്കാൾ കൂടുതൽ സ്നേഹം അഭിനയിച്ച് അടുത്തു കൂടി. ഞങ്ങൾ രണ്ടുപേരും ഇറച്ചിക്കറി നല്ലതുപോലെ ആസ്വദിച്ചു കഴിച്ചശേഷം ഉറങ്ങാൻ കിടന്നു. ആ മണിക്കൂറുകളിൽ എന്റെ മനസ്സിൽ ഉള്ള ചിന്ത മുഴുവനും അന്ന് രാത്രിയിൽ നടപ്പിലാക്കേണ്ട താൻ ആസൂത്രണം ചെയ്ത പദ്ധതിയെക്കുറിച്ചായിരുന്നു. രാത്രിയിൽ ഞങ്ങൾ തമ്മിലുള്ള സംഭാഷണത്തിനിടയിൽ ഞാൻ അവളോട് ഒരു കാര്യം പറഞ്ഞു. ഇന്നലെ

ഞാൻ മനയിലെ കുളത്തിന്റെ അടുത്ത് പോയിരുന്നു എന്നും എങ്ങനെ ആണെന്ന് അറിയില്ല, ഒന്നുകിൽ ആ ചാക്കിന്റെ കെട്ട് അഴിഞ്ഞതാകും നമ്മൾ ആ കിണറ്റിൽ ഇട്ട രാജുവിന്റെ മൃതദേഹ അവശിഷ്ടങ്ങൾ ഉണ്ടായിരുന്ന ആ ചാക്ക് കിണറ്റിൽ പൊങ്ങി കിടക്കുന്നു എന്നും ഇതുവരെ ആരുടേയും കണ്ണിൽ പെട്ടിട്ടില്ല എന്നാണ് കരുതുന്നതെന്നും മനയിലെയോ മറ്റ് ആരുടെയെങ്കിലും കണ്ണിൽ പെടുന്നതിന് മുൻപു തന്നെ, പറ്റുമെങ്കിൽ ഇന്ന് രാത്രിയിൽ തന്നെ അത് പുറത്തെടുത്ത് എവിടെയെങ്കിലും കുഴിച്ചു മൂടണം. അല്ലെങ്കിൽ നല്ലതുപോലെ കെട്ടി ആ കിണറ്റിൽ തന്നെ വീണ്ടും ഇടണം എന്നും ഇല്ലെങ്കിൽ പ്രശ്നമാകും. നമ്മൾ രണ്ടു പേരും ശിഷ്ടകാലം ജയിലിൽ കിടക്കേണ്ടിവരും" എന്നും ഞാൻ അവളെ ഭയപ്പെടുത്തി തന്റെ വരുതിയിലാക്കുന്നു. അപ്പോൾ തന്നെ അവൾ എന്നോട് തിരിച്ചു ചോദിച്ചിരുന്നു 'ചാക്ക് പൊങ്ങിവരാതിരിക്കാൻ നമ്മൾ ആ ചാക്കിൽ വലിയ ഒരു കല്ല് കൂടി ഇട്ടിട്ടുണ്ടായിരുന്നില്ലേ. പിന്നെ അത് എങ്ങനെ സംഭവിച്ചു' എന്ന്. 'അതിനെക്കുറിച്ചൊന്നും കൂടുതൽ എനിക്ക് അറിയില്ല. ഇന്ന് അർദ്ധരാത്രി കഴിഞ്ഞാൽ നമുക്ക് അവിടെ പോകണം' എന്നും പറഞ്ഞു നിർബന്ധിച്ചു അവളെയും കൂട്ടി പുറത്തും റോഡിലും ആരുമില്ല എന്ന് ഉറപ്പ് വരുത്തിയതിനുശേഷം രണ്ടുമണി ആയപ്പോൾ ഞങ്ങൾ മനക്കിണറിനു അടുത്ത് എത്തി. രാത്രി ആയതിനാലും നല്ല മഴക്കാർ ഉള്ളതിനാലും ഇരുട്ട് കൂടുതലായിരുന്നു അന്ന്. കിണറ്റിലേക്ക് സൂക്ഷിച്ചു നോക്കാൻ വേണ്ടി ശ്രമിക്കുകയായിരുന്ന ശോഭയുടെ കഴുത്തിൽ പുറകിൽ നിന്നിരുന്ന ഞാൻ അരയിൽ ഒളിപ്പിച്ചിരുന്ന ഷാൾ എടുത്ത് കഴുത്തിൽ ചുറ്റി മുറുക്കി. അവളുടെ മരണം ഉറപ്പാക്കിയ താൻ ഷാൾ അഴിച്ചെടുത്ത് അവളെ കിണറ്റിലേക്ക് തള്ളി ഇട്ടശേഷം തിരിച്ച് ടെന്റിൽ എത്തിയ ഞാൻ പൊലീസിനോ മറ്റാർക്കോ സംശയം തോന്നാതിരിക്കാൻ തന്റേതായിട്ടുള്ള ബാഗ് ഉൾപ്പെടെയുള്ള എല്ലാ വസ്തുക്കളും എടുത്ത് റെയിൽവേ സ്റ്റേഷനിൽ എത്തി. കുറച്ചു സമയത്തിനുശേഷം വന്ന ട്രെയിനിൽ തന്റെ ഗ്രാമത്തിലേക്ക് മടങ്ങി."

രണ്ട് കൊലപാതകങ്ങൾ ചെയ്തത് ഒരാൾ തന്നെ, പിന്നീട് നവാസിന് അറിയേണ്ടിരുന്നത് ശോഭയുടെ കുട്ടികളെക്കുറിച്ചായിരുന്നു. കുട്ടികൾ മഞ്ജുനാഥ് പറയുന്നപോലെ രാജുവിന്റെ കൂടെ പോയിട്ടില്ലെന്നും നവാസിന് ഉറപ്പായിരുന്നു. "അവരെ നീ എന്ത് ചെയ്തടാ 'കഴുവേറീടെ മോനെ' എന്ന് വിളിച്ചുകൊണ്ട് നവാസിന്റെ കൈ ചെന്ന് വീണത് മഞ്ജുനാഥിന്റെ ഇടത്തെ കാതിൽ, ആ അടിയുടെ ആഘാതത്തിൽ കുറച്ചു നേരം അയാൾക്ക് ഒന്നും കേൾക്കാൻ കൂടി കഴിഞ്ഞില്ല, കൂടെ ഉണ്ടായിരുന്ന പൊലീസുകാർക്കും ആദ്യം

ഒരു ഞെട്ടലാണ് ഉണ്ടായത്. കാരണം ഇതിന് മുൻപ് ഒരിക്കലും എസ്.ഐ നവാസിനെ അവർ ഇത്രയും ദേഷ്യപ്പെട്ട് കണ്ടിട്ടില്ല. അയാൾ പടുത്തുയർത്തിയ നുണയുടെ ചീട്ട് കൊട്ടാരത്തിന്റെ അടിക്കല്ലുകൾ ഓരോന്നായി ഇളകി തുടങ്ങിയിരുന്നു. രണ്ട് കൊലപാതകങ്ങളാണ് നീചനായ ആ മനുഷ്യൻ ഒരു ദയാദാക്ഷണ്യവും കൂടാതെ ചെയ്തിട്ടുള്ളത്. അതിൽ ഒന്നാമത്തേതിന് അയാൾക്ക് ഒരു പങ്കാളി ഉണ്ടായിരുന്നെങ്കിലും അവളെയും അയാൾ അവസാനം വകവരുത്തി. മഞ്ജുനാഥ് പറഞ്ഞു, "മെയ് 25 രാത്രി ശോഭയെ കൊലപ്പെടുത്തിയശേഷം. പിറ്റേന്ന് പുലർച്ചെ തന്നെ കുട്ടികളായ ആര്യയെയും അജിത്തിനെയും കൂട്ടി ബാംഗ്ലൂരിലേക്ക് പോയി മജെസ്റ്റിക്കിൽ വെച്ച് കുട്ടികൾക്ക് ഭക്ഷണവും കുടിക്കാൻ വെള്ളവും പുറത്തിറങ്ങിയപ്പോൾ ട്രെയിൻ മിസ്സായി." പൊലീസ് കസ്റ്റഡി അവസാനിക്കാൻ ഇനിയും രണ്ടു ദിവസം കൂടി ബാക്കിയുണ്ട്. നവാസ് ചോദ്യം ചെയ്യൽ തുടർന്നു.

അടുത്ത ദിവസം സമയം ഏതാണ്ട് സന്ധ്യ ആകാറായിതുടങ്ങി. മനയുടെ കിണറ്റിൽനിന്നും കിട്ടിയ പഞ്ചലോഹ വിഗ്രഹവുമായി മനയിൽ വരാനും അതുമായിട്ട് ബന്ധപ്പെട്ട എന്തോ കാര്യം ചോദിക്കാൻ ഡിവൈഎസ്പി സുകുമാരൻ സാർ വിളിപ്പിച്ച പ്രകാരം മനയിലേക്കു പോകുകയായിരുന്ന എഎസ്ഐ സുഭാഷും എസ്ഐ നവാസും മനയിലേക്കുള്ള വഴിയിലൂടെ മുടന്തി കൊണ്ടുപോകുന്ന ഒരാളെ കണ്ടു. ജീപ്പ് അയാളുടെ അടുത്തെത്തി. സുഭാഷ് വാഹനം അയാൾക്ക് കുറുകെ സഡൻ ബ്രേക്കിട്ട് ചവിട്ടി നിർത്തി. എന്നിട്ട് നവാസ് ഇരുന്നിരുന്ന ഭാഗത്തേക്ക് നോക്കിക്കൊണ്ട് ചോദിച്ചു. "അല്ല സാറേ, ഇതായിരിക്കുമോ മഞ്ജുനാഥിനൊപ്പം മദ്യപിച്ചു എന്ന് പറയുന്ന കാലുകൊണ്ട് വയ്യാത്ത ആൾ."

പൊലീസ് ജീപ്പ് അടുത്ത് നിറുത്തിയതും കുഞ്ഞിക്കേളു വല്ലാതെ ഭയന്ന് സുഭാഷിനെ തുറിച്ചു നോക്കി. മഞ്ജുനാഥ് പറഞ്ഞത് അനുസരിച്ചാണെങ്കിൽ ഇയാൾക്കു മുടന്തുണ്ട്. തോളിൽ മുഷിഞ്ഞ ഒരു തുണിസഞ്ചിയും.

"എന്താടാ നിന്റെ പേര്" സുഭാഷ് ചോദിച്ചു. അയാൾ മുടന്തിക്കൊണ്ട് പൊളിഞ്ഞ വേലിയുടെ ഇടയിലൂടെ മനയുടെപ്പറമ്പിനകത്തേക്ക് ഒറ്റ ഓട്ടം. മനപ്പറമ്പിന്റെ മുക്കും മൂലയും ഏതു പാതിരയ്ക്കും കുഞ്ഞിക്കേളുവിന് സുപരിചിതമാണ്. സുഭാഷ് അയാളെ പിടിക്കാൻ പുറകെ ഓടാൻ ശ്രമിക്കുമ്പോഴേക്കും നവാസ് അയാളെ തടഞ്ഞു.

"ഇപ്പൊ അവനെ വിട്ടേക്ക്. പിന്നീട് നോക്കാം. മനയിൽ മേലുദ്യോഗസ്ഥനായ സുകുമാരൻസാർ കാത്തിരിക്കുന്നുണ്ട്. വൈകിയാൽ പിന്നെ അയാളുടെ പ്രസംഗം മുഴുവൻ നമ്മൾ കേൾക്കേണ്ടി വരും." മനയിലെത്തിയ അവർ കോലായിൽ ഇരിക്കുന്ന സുകുമാരൻ സാറിനെ കണ്ടു. കൈയിലുള്ള സർപ്പവിഗ്രഹത്തെ വാങ്ങിച്ച സുകുമാരൻ അതുംകൊണ്ട് മനയ്ക്കകത്തേക്ക് പോയി മൂന്നാം നിലയിൽ മുറിയിൽ ഉണ്ടായിരുന്ന തന്റെ ചെറിയമ്മാവനായ ബ്രഹ്മദത്തന്റെ കൈയിൽ ഏല്പിച്ച ശേഷം തിരിച്ചു താഴെ നവാസിന്റെ അടുക്കൽ എത്തി അയാൾക്ക് നേരെ കയർത്തു.

"എന്താ താൻ കേശവനോട് മനയുടെ കിണറ്റിൽ നിന്നും കിട്ടിയ വിഗ്രഹം മനയുടേതാണെന്ന് തെളിയിക്കാനുള്ള എന്തോ രേഖ ഹാജരാക്കാൻ പറഞ്ഞെന്ന് ഞാൻ അറിഞ്ഞല്ലോ." ദേഷ്യം അടക്കാൻ കഴിയാതെ ഡി.വൈ.എസ്.പി സുകുമാരൻ ചോദിച്ചു. "മനയിൽ നിന്നും കിട്ടിയ ഏതൊരു വസ്തുവും അത് മനയുടേതാണ്. അല്ലാതെ തന്റെ തറവാട്ടിലേതാകില്ലല്ലോ."

അയാളുടെ ആ ചോദ്യങ്ങൾ ഒരു ജന്മി അടിയനോട് ചോദിക്കുന്നതുപോലെയാണ് നവാസിന് അനുഭവപ്പെട്ടത്. നവാസും വിട്ടുകൊടുക്കാൻ തയ്യാറായില്ല.

"സാറേ, നിയമം അനുശാസിക്കുന്ന കാര്യങ്ങൾ മാത്രമേ എനിക്ക് ചെയ്യാൻ കഴിയൂ എന്നും ഈ പഞ്ചലോഹ വിഗ്രഹം സാറിന് ഞാൻ കൈമാറിയെന്നുള്ളതിന് ഞാൻ കൊണ്ടുവന്നിട്ടുള്ള പത്രികയിൽ അങ്ങ് എനിക്ക് ഒപ്പ് ഇട്ടു തരേണ്ടിവരും. അല്ലെങ്കിൽ എനിക്ക് തീർച്ചയായും ആർക്കിയോളജി (പുരാവസ്തു വകുപ്പ്) ഡിപ്പാർട്ട്മെന്റിനെ അറിയിക്കേണ്ടി വരും."

"എന്നാൽ എനിക്ക് അതൊന്നും കാണണം. താൻ തനിക്ക് കഴിയുന്നത് പോയി ചെയ്യ്. എനിക്ക് ഒപ്പിട്ട് തരാൻ ഒട്ടും സൗകര്യമില്ല." നവാസ് അയാൾക്ക് നേർക്ക് നീട്ടിയ പത്രിക വാങ്ങി കീറിക്കളഞ്ഞ ശേഷം ഡി.വൈ.എസ്.പി സുകുമാരൻ മനയുടെ അകത്തേക്ക് കയറിപ്പോയി.

അടുത്ത ദിവസം അതിരാവിലെ തന്നെ നവാസ് ചോദ്യം ചെയ്യൽ ആരംഭിച്ചു. കാരണം അയാൾക്കുമുൻപിൽ മഞ്ജുനാഥിനെ കസ്റ്റഡിയിൽ വെയ്ക്കാനുള്ള സമയം വളരെ കുറച്ചേ ബാക്കിയുണ്ടായിരുന്നുള്ളൂ. പൊലീസിന്റെ രീതിയിലല്ല, ഉള്ളു നോവുന്ന ഒരു അച്ഛനെ പോലെ നവാസ് അയാളോട് ചോദിച്ചു.

“പറ, നീ അവരെയും കൊന്നോ. അല്ലെങ്കിൽ ഭിക്ഷാടനത്തിനു വിട്ടോ... സത്യം പറ.”

നവാസിന്റെ ചോദ്യം പലവുരി കേട്ടപ്പോൾ തല ഉയർത്താതെ പതിഞ്ഞ സ്വരത്തിൽ അയാൾ പറഞ്ഞു. “ഞാൻ അവരെ ബാഗ്ലൂരിൽനിന്ന് കൊൽക്കത്തയിലേക്കുള്ള ട്രെയിനിൽ കയറ്റി വിട്ടശേഷം എന്റെ ഗ്രമത്തിലേക്കു തിരിച്ചുപോയി.”

“ഇത് സത്യമാകുമോ സാറേ. മൂന്നും അഞ്ചും വയസ്സുള്ള രണ്ട് കുരുന്നുകൾ... അതും കൊൽക്കത്ത പോലുള്ള വലിയ നഗരത്തിലേക്ക്. എങ്ങനെ കണ്ടുപിടിക്കും?”

പുന്നയൂർക്കുളം പൊലീസ് സ്റ്റേഷൻ ഒരു കുടുംബം പോലെയായി. അവിടെ ഉണ്ടായിരുന്ന ഓരോ പൊലീസുകാരുടെ ഉള്ളും ഒരു അച്ഛന്റെയും അമ്മയുടേതും പോലെ വിങ്ങി.

ഓരോരുത്തരും പരസ്പരം ചോദിച്ചു. “എങ്ങനെ കണ്ടുപിടിക്കും ആ കുട്ടികളെ.”

നവാസ്, രാജനെയും കൂട്ടി അന്നുതന്നെ ബാംഗ്ലൂരിലേക്ക് വണ്ടി കയറി. അപ്പോഴും നവാസിന്റെ മനസ്സിൽ ഒരു സംശയം, അയാൾ നമ്മളെ മനപ്പൂർവം വലയ്ക്കാൻ വേണ്ടി മെനെഞ്ഞെടുക്കുന്ന കാര്യമൊന്നുമല്ലല്ലോ ഈ പുതിയ കഥ എന്ന്. മജെസ്റ്റിക്കിലെ കുട്ടികളെയും അന്വേഷിച്ചുകൊണ്ട് തെരുവ് മുഴുവൻ അലഞ്ഞു. രാജന്റെ അടുത്ത ഒരു സുഹൃത്ത് ഷാഹിദ് ജോലി ചെയ്തിരുന്നത് ബാംഗ്ലൂർ ആയിരുന്നു. അയാളെ കണ്ട് കുറച്ച് ദിവസങ്ങൾക്കു മുൻപ് നവാസിനെ കാണാൻ വന്ന രാജുവിന്റെ സഹോദരി കാവ്യ നൽകിയ രാജുവിന്റെ ഒരു കുടുംബഫോട്ടോ നവാസിന്റെ കൈയിൽ ഉണ്ടായിരുന്നു. അതിലുള്ള കുട്ടികളുടെ ഫോട്ടോയും നവാസിന്റെ നമ്പറും നൽകി ഗ്രാഫിക് കാർഡ് ഉണ്ടാക്കി മാധ്യമങ്ങൾക്കും നൽകി.

പലയിടത്തുനിന്നായി ധാരാളം ഫോൺ കോളുകൾ വന്നുകൊണ്ടിരുന്നു. ഓരോ വിളിയുടെയും പൊരുൾ തേടിയിറങ്ങി. മെജസ്റ്റിക്, കലാശിപ്പാളയം, അങ്ങനെ ബാംഗ്ലൂരിലെ ഒട്ടുമിക്ക സ്ഥലങ്ങളിലെ തെരുവുകളും അമ്പലവും പള്ളിയും കയറിയിറങ്ങി. ഒരു വിവരവും കിട്ടിയില്ല. അസ്വസ്ഥമായി ഓരോ രാവും പകലും കഴിഞ്ഞു. വീട്ടുകാരും സുഹൃത്തുക്കളുമെല്ലാം അജിത്തിനും ആര്യയ്ക്കും വേണ്ടി പ്രാർത്ഥിച്ചു. ചിലർ നമുക്ക് എന്ത് ചെയ്യാൻ പറ്റും എന്ന് ചോദിച്ച് സമാധാനിപ്പിച്ചു. എന്നാലും പ്രതീക്ഷ കൈവെടിയാതെ ഒരാഴ്ചയിൽ കൂടുതൽ അവിടെ തങ്ങി ആ കുട്ടികളെ അന്വേഷിച്ച് ബാംഗ്ലൂരിൽ അങ്ങോളമിങ്ങോളം മക്കൾ നഷ്ടപ്പെട്ട ഒരു

പിതാവിനെപ്പോലെ നവാസ് നടന്നു. രാജൻ മനസ്സില്ലാമനസ്സോടെ പറഞ്ഞു, "സാറേ... ഇനി ഇവിടെ തങ്ങുന്നതിൽ വലിയ അർത്ഥ മൊന്നും ഉണ്ടെന്നു കരുതുന്നില്ല. ഞാൻ പോയി, നമുക്ക് ഇന്ന് രാത്രിയിലെ വണ്ടിക്ക് നാട്ടിലേക്കു പോകാനുള്ള ഏർപ്പാടുകൾ ചെയ്യാം."

രാവിലെ തൃശ്ശൂരിൽ എത്തിയ രണ്ടുപേരും തൊട്ടടുത്തുള്ള ഒരു കടയിൽനിന്നും കട്ടൻചായ കുടിച്ചു നിൽക്കുമ്പോഴാണ് പുന്നയൂർ കുളത്തുള്ള രാജന്റെ ഏതോ ഒരു ടാക്സി ഓടിക്കുന്ന സുഹൃത്ത് ബസ്സ്റ്റേഷനിൽ ആരെയോ ഡ്രോപ്പ് ചെയ്തു പോകുന്നവഴി രാജനെ അവിചാരിതമായി കാണുന്നത്. 'എന്താണ് ഇവിടെ നിൽക്കുന്നതെന്നും ഞാൻ വാഹനം കാലിയായാണ് തിരിച്ചുപോകു ന്നതെന്നും വീട്ടിലേക്കാണെങ്കിൽ കൂടെ വന്നുകൊള്ളാനും പറഞ്ഞു. മൂന്നാളും കൂടി ആ വാഹനത്തിൽ പുന്നയൂർക്കുളത്തേക്ക് വരിക യായിരുന്നു. യാത്രാമദ്ധ്യേ സ്റ്റേഷനിൽനിന്നും നവാസിന്റെ ഫോണി ലേക്കു ഒരു കോൾ വന്നു. അങ്ങേയറ്റത്തുനിന്നും എഎസ്ഐ സുഭാഷ് ആയിരുന്നു. "ഞാൻ സാറിനെ ഇന്നലെ രാത്രി മുതൽ വിളിച്ചു കൊണ്ടിരിക്കുകയായിരുന്നു. സാറിന്റെ ഫോൺ ഓഫ് ആയി രുന്നു."

"അത് സുഭാഷേ, ബാംഗ്ലൂരുവിൽനിന്നും വരുന്ന വഴി ഫോൺ ബാറ്ററി കഴിഞ്ഞ് ഓഫായി പോയി തൃശ്ശൂരിൽ എത്തിയപ്പോൾ ഇവിടെ ഒരു ചായക്കടയിൽനിന്ന് കുറച്ചു നേരം ചാർജ് ചെയ്തു. എന്താ താൻ ഇത്രയ്ക്കും അത്യാവശ്യമായി വിളിക്കാൻ കാരണം."

"സാറേ, മറ്റവനെ ഞാൻ അങ്ങ് പൊക്കിയിട്ടുണ്ട്. ഇന്നലെ രാത്രി മദ്യപിച്ചു പൂസായി വഴിയിൽ കിടക്കുകയായിരുന്നു കക്ഷി. ഇന്നലെ രാത്രി എനിക്കായിരുന്നു പട്രോളിങ് ഡ്യൂട്ടി. അതിനുവേണ്ടി ഇറങ്ങി യതായിരുന്നു. അപ്പോഴാണ് ആ മനയുടെ അടുത്തുള്ള പ്രധാന പാതയോരത്തെ ആ വലിയ ആൽ മരം ഉണ്ടല്ലോ. അതിനു കീഴെ യായി ആരോ കിടക്കുന്നത് കണ്ടത്. ജീപ്പിന്റെ ഹെഡ്‌ലൈറ്റിന്റെ വെളിച്ചത്തിൽ ആദ്യം ഞങ്ങൾ കരുതിയത് ആരോ മരിച്ചു കിടക്കു കയാണെന്നാണ്. വാഹനം നിർത്തി അടുത്തു വന്ന് നോക്കിയ പ്പോഴാണ് അന്ന് നമ്മളെ വെട്ടിച്ചു കടന്ന് മനപ്പറമ്പിലേക്ക് ഓടി പ്പോയ വിരുതൻ ആണെന്ന് മനസ്സിലായത്. അയാൾ കിടക്കുന്ന തിന് തൊട്ടടുത്തുതന്നെ ആ മുഷിഞ്ഞ സഞ്ചിയും വലിയ ഒരു മുള വടിയും ഉണ്ടായിരുന്നു. ഞാൻ അയാളെ എടുത്ത് ജീപ്പിലിട്ട് ഇങ്ങു സ്റ്റേഷനിൽ കൊണ്ടുവന്ന് ലോക്കപ്പിലിട്ടിട്ടുണ്ട്. ഇന്നലെ നല്ലതു പോലെ മദ്യപിച്ചിട്ടുണ്ടെന്ന് തോന്നുന്നു. ഇതുവരെ ബോധം

തെളിഞ്ഞിട്ടില്ല സാറേ. സാറിന് ഓർമ്മയുണ്ടോ എന്നറിയില്ല. നമ്മൾ മഞ്ജുനാഥിനെ ചോദ്യം ചെയ്യുന്നതിനിടയിൽ അയാൾ മുടന്തുള്ള ഒരാളുമായി മദ്യപിച്ചു എന്നു പറഞ്ഞത് ഓർക്കുന്നുണ്ടോ. അന്ന് മഞ്ജുനാഥ് അയാളുടെ സഞ്ചിയിൽ കണ്ട ഒരു ആഭരണത്തിനെപ്പറ്റി പറഞ്ഞിരുന്നില്ലേ, അവൻ തന്നെയാണോ ഇത് എന്നറിയാൻ അയാളുടെ ആ തുണിസഞ്ചി ഒന്ന് പരിശോധിച്ച് നോക്കി. ആശ്ചര്യം എന്ന് പറയട്ടെ. ആ ആഭരണം ഇപ്പോഴും മറ്റൊരു ചെറിയ ഒരു തുണിക്കഷ്ണത്തിൽ കെട്ടി അതിൽ തന്നെ ഭദ്രമായി സൂക്ഷിച്ചിട്ടുണ്ട്. കൂടാതെ അതിൽനിന്ന് ജീവനുള്ള മൂന്ന് ആമയെയും ഒരു പ്ലാസ്റ്റിക് കുപ്പിയിൽ ഒരു പാമ്പിനെയും കിട്ടിയിട്ടുണ്ട്. സാർ വന്നതിനുശേഷം, നമുക്ക് അയാളെ ചോദ്യം ചെയ്യൽ തുടങ്ങാം."

നാഴികകൾ കടന്നുപൊയ്ക്കൊണ്ടിരിക്കുന്നു. കുറച്ച് മണിക്കൂറുകൾക്കുശേഷം പൊടുന്നനെ പൊലീസ് സ്റ്റേഷനിലേക്ക് കയറി വന്ന നവാസ്, വന്ന ക്ഷണത്തിൽ തന്നെ ഡ്യൂട്ടിയിൽ ഉണ്ടായിരുന്ന ഒരു കോൺസ്റ്റബിളിനോട് ലോക്കപ്പിന്റെ വാതിലിൽ തുറക്കാൻ ആവശ്യപ്പെട്ടു. വാതിൽ തുറന്ന് അകത്തു കയറിയ നവാസ് ആ ജയിൽമുറിയുടെ ഒരു മൂലയിൽ ചുരുണ്ടുകൂടി ഇരിക്കുന്ന കുഞ്ഞിക്കേളുവിനെ കണ്ടു. അയാളുടെ പേര്, കസ്റ്റഡിയിൽ എടുത്തിട്ട് ഇത്ര നേരം ആയിട്ടും നവാസ് അടക്കം പുന്നയൂർക്കുളം പൊലീസ് സ്റ്റേഷനിലെ ആർക്കും തന്നെ അറിയില്ലായിരുന്നു.

"എന്താടാ നിന്റെ പേര്?"

നവാസ് അയാളെ കണ്ട മാത്രയിൽ തന്നെ ചോദിച്ചു. ആദ്യം അയാൾ മറുപടി പറഞ്ഞില്ലെന്നു മാത്രവുമല്ല നവാസിനെ ഭയത്തോടുകൂടി നോക്കി ആ മൂലയിൽ ഒന്നുകൂടി ചുരുണ്ടുകൊണ്ട് ഇരുന്നു. രണ്ടുമൂന്ന് പ്രാവശ്യം ചോദിച്ചപ്പോൾ അയാൾ പറഞ്ഞു, "കിട്ടൻ".

സാധാരണയായി അയാളെ ആ പേര് വിളിക്കുന്നത് മനയിലെ മന്ത്രവാദി മുകുന്ദൻ മാത്രമാണ്. മറ്റെല്ലാവരും അയാളെ 'കുഞ്ഞിക്കേളു' എന്നാണ് വിളിച്ചിരുന്നത്. എന്തുകൊണ്ടാണ് അയാൾ പേര് മാറ്റി പറഞ്ഞത് എന്നത് വ്യക്തമല്ല. എന്തോ മനസ്സിൽ മുൻകൂട്ടി ഉദ്ദേശിച്ചായിരുന്നു.

എന്തോ മറന്നതുപോലെ പെട്ടെന്നുതന്നെ ലോക്കപ്പിൽ പുറത്തിറങ്ങിയ നവാസ്, കോൺസ്റ്റബിൾ തോമസിനോട് ഇയാളുടെ സഞ്ചി എടുത്തു കൊണ്ടുവരാൻ നിർദ്ദേശിച്ചു. അപ്പോഴേക്കും എ എസ് ഐ സുഭാഷ് സ്റ്റേഷനകത്തേക്ക് കയറിവന്നു.

"ആ, സാറ് എത്തിയോ?"

"ആടോ, ഞാൻ ഇപ്പൊ വന്നു കയറിയിട്ടേ ഉള്ളൂ. താൻ ഫോൺ ചെയ്തതുകൊണ്ട് നേരെ ഇങ്ങോട്ട് പോന്നു. താൻ ഒരു കാര്യം ചെയ്യൂ, തോമസിന്റെ കൈയിൽനിന്നും ആ സഞ്ചി വാങ്ങിച്ച് അതിന്റെ കെട്ടൊന്ന് അഴിക്ക്."

സഞ്ചി തുറന്നപ്പോൾ രാവിലെ സുഭാഷ് ഫോണിലൂടെ പറഞ്ഞ ആ ഉഭയജീവികൾ അതിനുള്ളിൽ തന്നെ ഉണ്ടായിരുന്നു. "താൻ ഇവറ്റകളെ കൊണ്ടുകളഞ്ഞില്ലേ. ഇതുവരെ അവറ്റകൾ ചാകാറായി ട്ടുണ്ടാകും. കുറെ നേരമായില്ലേ ഈ സഞ്ചിയിൽ കിടക്കുന്നു. താൻ ആദ്യം ആ ആഭരണം ഒന്ന് പുറത്തേക്ക് എടുക്കൂ. ഞാൻ ഒന്ന് വിശദ മായി പരിശോധിക്കട്ടെ." ശരിയാണല്ലോ സുഭാഷേ, ഇത് നിങ്ങൾ പറഞ്ഞതു പോലെ ഒറ്റനോട്ടത്തിൽ ഏതോ ക്ഷേത്രത്തിലേതാണെ ന്നാണ് എനിക്കും തോന്നുന്നത്. ആദ്യം താൻ ആ ജീവികളെ ഏതെ ങ്കിലും തോട്ടിലോ കുളത്തിലോ കൊണ്ടുവിട്, അല്ലെങ്കിൽ വേണ്ട, താൻ പോകേണ്ട, ഡ്രൈവറോട് പറഞ്ഞേല്പിച്ചാൽ മതി. അയാൾ ചെയ്തോളും. താൻ പോയി നമ്മളുടെ പരാതി രജിസ്റ്റർ എടുത്ത് സമഗ്രമായി ഒന്ന് പരിശോധിച്ചിട്ട് പറ, നമ്മുടെ സ്റ്റേഷൻ പരിധി യിലുള്ള ഏതെങ്കിലും ക്ഷേത്രങ്ങളിൽനിന്നോ വീടുകളിൽനിന്നോ ഈ ആഭരണത്തിന്റേതിന് സമാനമായ വല്ലതും മോഷണം പോയി ട്ടുണ്ടോ എന്ന്. അതുപോലെ അടുത്ത സ്റ്റേഷനിലേക്കും വിളിച്ച് അന്വേഷിച്ചേക്കണം."

കുറച്ചു മണിക്കൂറുകൾക്കു ശേഷം സുഭാഷ് തിരികെ നവാസിന്റെ മുറിയിൽ എത്തി. "ഇല്ല സാറേ, ഞാൻ രജിസ്റ്റർ ഒരു വർഷം പുറ കിലേക്കു വരെ നോക്കി. പ്രത്യേകിച്ച് ഒന്നും കാണാൻ കഴിഞ്ഞില്ല, പിന്നെ വന്നേരി സ്റ്റേഷനിലെ കോൺസ്റ്റബിൾ ബിനുവിനെയും വിളിച്ചും അന്വേഷിച്ചിരുന്നു. സമീപ കാലത്തൊന്നും സാറ് പറ ഞ്ഞപോലെ ഒരു മോഷണവുമായി ബന്ധപ്പെട്ട പരാതികൾ ഒന്നും ലഭിച്ചിട്ടില്ല. സാറേ, അയാളെ കണ്ടാൽ തന്നെ അറിയാം, അയാൾ എന്തോ നമ്മളിൽനിന്ന് മറക്കാൻ ശ്രമിക്കുന്നുണ്ടെന്ന്. നല്ലതുപോലെ ഒന്ന് പെരുമാറിയാൽ ഉത്തരം 'മണി' 'മണി' പോലെ അവൻ പറയും."

"എടോ സുഭാഷേ തന്റ തലയ്ക്ക് വല്ല ഓളവും ഉണ്ടോ. അല്ല, എനിക്ക് അറിയാഞ്ഞിട്ട് ചോദിക്കുവാ, താൻ അയാളുടെ കോലം കണ്ടില്ലേ, കള്ളും കഞ്ചാവും ഉപയോഗിച്ച് ഒരു ഭ്രാന്തനെ പോലെ യാണ് അയാളുടെ രൂപം തന്നെ. അല്ലെങ്കിൽ തന്നെ അയാൾക്ക് അര ജീവൻ മാത്രമേയുള്ളൂ. ഇനി അയാളെ ഇടിച്ചു പിഴിഞ്ഞ് താൻ ചോദ്യം ചെയ്യൽ കൂടി നടത്താനാണ് ഉദ്ദേശ്യം എങ്കിൽ പിന്നെ

പുറത്ത് ഒരു ആംബുലൻസും കൂടി തയ്യാറാക്കി നിർത്തിക്കോ. അയാളുടെ മയ്യത്ത് നേരെ മോർച്ചറിയിലേക്ക് എടുക്കാം. താൻ ഞാൻ പറയുന്നതുപോലെ ചെയ്യ്. അയാൾക്ക് കുറച്ചു സമയം ഒന്നും കഴിക്കാൻ കൊടുക്കേണ്ട. ഒരു ദിവസം അവിടെ പട്ടിണി കിടക്കട്ടെ. നാളെ രാവിലെ ഏതാ വേണ്ടത് എന്ന് വെച്ചാൽ ചെയ്യാം. അപ്പോഴേക്കും അയാളുടെ ബോധം കുറച്ചുകൂടി തെളിയും. രാവിലെ സി ഐ സുരേഷ് സാറും കോട്ടയത്തുനിന്നും മടങ്ങിയെത്തും എന്നാണ് ഞാൻ വിളിച്ചപ്പോൾ പറഞ്ഞത്."

പിറ്റേന്ന് രാവിലെ തന്നെ സി.ഐ സുരേഷ് സാർ സ്റ്റേഷനിൽ എത്തി നേരെ അദ്ദേഹത്തിന്റെ ഓഫീസിലേക്ക് പോയി. നവാസും മറ്റ് പൊലീസുകാരും സി ഐ സാറിനെ പ്രതീക്ഷിച്ച് അതിന് മുൻപ് തന്നെ അവിടെ നിൽപ്പുണ്ടായിരുന്നു. നവാസ് പതിനഞ്ചു നിമിഷത്തിനു ശേഷം സി ഐ സാറിന്റെ ഓഫീസ് മുറിയിൽ പോയി അദ്ദേഹത്തെ കണ്ട് കഴിഞ്ഞ രണ്ടു ദിവസത്തിൽ ഉണ്ടായ സംഭവവികാസങ്ങൾ വിവരിച്ചു. അതു മുഴുവൻ കേട്ടശേഷം സി ഐ നവാസിനോട് പറഞ്ഞു "ശരി, താങ്കൾ പോയി ലോക്കപ്പ് തുറക്ക്. അപ്പോഴേക്കും ഞാൻ അങ്ങോട്ട് വന്നേക്കാം."

നവാസ് ലോക്കപ്പ് തുറന്നു അതിനുള്ളിൽ കയറി. കൂടെ സുഭാഷും തോമസുമുണ്ട്. അവരെ കണ്ടതും കിടക്കുകയായിരുന്ന കിട്ടൻ ശടേന്ന് എണീറ്റ് നിരങ്ങി ആ മുറിയുടെ ഒരു മൂലയിലേക്ക് പോയി ഇരുന്നു.

നവാസ് ചോദ്യം ചെയ്യൽ തുടർന്നു.

"നിന്റെ തുണിസ്സഞ്ചിയിലുള്ള ആ ചുവന്ന കല്ലുകൾ പതിച്ച ആഭരണം നിനക്കെവിടെ നിന്ന് കിട്ടി? എന്തിനാണ് നീ എപ്പോഴും ആ മനയുടെ ഭാഗത്ത് തന്നെ കറങ്ങി നടക്കുന്നത്? കുറച്ച് നാൾ മുൻപ് ഞങ്ങൾ മനയിലേക്ക് പോകുന്ന വഴി നിന്റെ അടുത്ത് ജീപ്പ് നിർത്തിയപ്പോൾ നീ ഓടിയതെന്തിന്?"

നവാസിന്റെ ഒരു ചോദ്യത്തിനും കുഞ്ഞിക്കേളു 'ക' 'മ' എന്നൊരക്ഷരം പോലും ഉരിയാടിയില്ല മാത്രവുമല്ല, ആ ഒറ്റ ഇരിപ്പാണ്. നവാസിന്റെ അടുത്തുതന്നെ നിന്നിരുന്ന ഒരു പൊലീസ് കോൺസ്റ്റബിൾ അയാളോട് പറഞ്ഞുകൊണ്ടിരുന്നു "നീ എന്താണെങ്കിലും വേഗം സാറിനോട് പറയാൻ നോക്ക്. അല്ലെങ്കിൽ നീ ഞങ്ങളുടെ കൈയിൽ നിന്നും വാങ്ങിച്ചു കൂട്ടും."

കുഞ്ഞിക്കേളു അപ്പോഴും സ്തബ്ധനായി അവരെയും തുറിച്ചു നോക്കിക്കൊണ്ട് ആ ഇരിപ്പു തന്നെ. ആകസ്മികമായി അയാളുടെ

സ്വഭാവം മാറി. അയാൾ അവരെയും നോക്കി ഉറക്കെ അട്ടഹസിച്ച് ചിരിക്കാൻ തുടങ്ങി. പൊടുന്നനെ അയാളുടെ കൂർത്ത നഖം കൊണ്ട് ശരീരത്തിൽ ആകെ മാന്തി മുറിവുകൾ ഉണ്ടാക്കാനും.

"സാറേ ഇവൻ അഭിനയിക്കുകയാണ്. നമ്മളോട് ഒന്നും പറയാതിരിക്കാനുള്ള ഇവന്റെ അവസാന അടവാ ഇതൊക്കെ. ഇവനറിയില്ലല്ലോ, നമ്മൾ ഇമ്മാതിരി നാടകങ്ങൾ എത്ര കണ്ടിരിക്കുന്നു എന്ന്."

നവാസ് കോൺസ്റ്റബിളിനെ നോക്കിക്കൊണ്ട് പറഞ്ഞു. "താൻ ആ വിലങ്ങ് എടുത്തുകൊണ്ടു വാ. അയാളുടെ കൈ പുറകിൽ വെച്ച് ലോക്ക് ചെയ്യൂ. എന്നിട്ട് നമുക്ക് നോക്കാം, ഇവൻ ഇനി എന്താ കാണിക്കുന്നത് എന്ന്." നവാസ് തുടർന്നു. "ഞാൻ ചോദിച്ചതിന് കൃത്യമായി മറുപടി കിട്ടാതെ, നീ ഈ സ്റ്റേഷനിൽ നിന്ന് പുറത്തു പോകാമെന്ന് കരുതണ്ട."

അടുത്ത ദിവസം രാവിലെ ആയപ്പോഴേക്കും കിട്ടൻ ക്ഷീണിച്ചു അവശനായിരുന്നു. നവാസ് ചോദ്യം ചെയ്യാൻ അയാളുടെ അടുത്തെത്തി. അന്നും അയാൾ ചോദിച്ചതിനൊന്നുംതന്നെ മറുപടി പറഞ്ഞില്ല. ഇടയിൽ ഒരു പ്രാവശ്യം എന്തോ സംസാരിച്ചു "ഏന എങ്ങട മനലെ അമ്പ്രാൻ രെശിച്ചോളും." അയാൾ പറഞ്ഞത് നവാസിന് പെട്ടെന്ന് മനസ്സിലായില്ല. കൂടെയുണ്ടായിരുന്ന കോൺസ്റ്റബിൾ തോമസ് അത് വ്യക്തമാക്കി കൊടുത്തത് ഇങ്ങനെയാണ്:

"സാറേ, അയാൾ പറഞ്ഞത്, മനയിലെ അയാളുടെ തമ്പ്രാൻ അവനെ രക്ഷിച്ചോളും എന്നാ."

"എന്നാൽ താൻ അയാളോടൊന്ന് ചോദിക്ക്, ആരാണ് മനയിലെ അയാളുടെ തമ്പ്രാൻ എന്ന്."

തോമസ് ചോദിച്ചെങ്കിലും അതിനുള്ള മറുപടി കുഞ്ഞിക്കേളു പറയാതെ തല താഴ്ത്തി ഇരുന്നു. ലോക്കപ്പിൽ നിന്നും ഇറങ്ങിയ നവാസ് തോമസിനെ അടുത്ത് വിളിച്ച് കുഞ്ഞിക്കേളുവിനെ വിട്ടയച്ചോളാൻ നിർദ്ദേശിച്ചു. പക്ഷേ, ഒരു കാര്യം പ്രത്യേകം ശ്രദ്ധിക്കാൻ പറഞ്ഞു, അയാളുടെ ആ തുണിസഞ്ചിയും അതിൽ ഉണ്ടായിരുന്ന ആഭരണവും കൊടുത്തയയ്ക്കണ്ട. കൂടാതെ അയാളെ നിരീക്ഷിക്കാനും നിർദേശിച്ചു.

പൊലീസ് സ്റ്റേഷനിൽ നിന്ന് വിട്ടയച്ചെങ്കിലും കുഞ്ഞിക്കേളു അവിടെ നിന്നും പോകാൻ ആദ്യം വിസമ്മതിച്ചു. കാരണം അയാളുടെ ഭാണ്ഡം പൊലീസ് അയാൾക്ക് തിരിച്ചു കൊടുത്തിരുന്നില്ല. അയാൾ അത് ചൂണ്ടിക്കാട്ടി അത് തിരിച്ചു കൊടുക്കാൻ ആംഗ്യം

കാണിച്ചു. പക്ഷേ എസ്.ഐ നവാസിന്റെ നിർദ്ദേശം ഉള്ളതിനാൽ കോൺസ്റ്റബിൾ തോമസ് ഉടൻ തന്നെ അയാളെ സ്റ്റേഷനിൽ നിന്നും പിടിച്ചു പുറത്താക്കി.

കുറച്ചു സമയം പൊലീസ് സ്റ്റേഷന്റെ പുറത്തുള്ള ഒരു മരത്തിന്റെ താഴെ അയാൾ നിലയുറപ്പിച്ചു. സ്റ്റേഷന്റെ അകത്തേക്കും പുറത്തേക്കും പോകുന്ന പൊലീസുകാരോട് അയാൾ അയാളുടെ ആ ഭാണ്ഡം തിരിച്ചുനൽകാൻ വേണ്ടി അപേക്ഷിച്ചുകൊണ്ടിരുന്നു. ഒന്നു രണ്ടു മണിക്കൂറുകൾക്കു ശേഷം കാര്യം നടക്കില്ലെന്നു മനസ്സിലായപ്പോൾ, മുറ്റത്തിന്റെ ഒരു ഓരത്തു കിടന്നിരുന്ന അയാളുടെ ഊന്നുവടിയും എടുത്തുകൊണ്ട് പോയി. അയാൾ അവിടെ നിന്നും നേരെ അയാളെ ആരാണോ രക്ഷിക്കും എന്ന് അയാൾ വിശ്വസിച്ചിരുന്നത് കുഞ്ഞിക്കേളുവിന്റെ ഭാഷയിൽ പറഞ്ഞാൽ 'അമ്പ്രാൻ', അയാളെ കാണാൻ തീർച്ചയായും മനയിലേക്ക് പോകും എന്ന് എസ്.ഐ നവാസ് നേരത്തെ തന്നെ മനസ്സിലാക്കിയതിനാലാണ് അയാളെ വിട്ടയയ്ക്കാൻ നിർദ്ദേശിച്ചത്.

നവാസിന്റെ കണക്കുകൂട്ടലുകൾ ഒരു കടുകിണ തെറ്റിയില്ല. മാത്രവുമല്ല, എ.എസ്.ഐ സുഭാഷ്, അയാൾ അറിയാതെ പിൻതുടരുന്നത് മനസ്സിലാക്കാതിരുന്ന കുഞ്ഞിക്കേളു നേരെ മനയുടെ ഭാഗത്തേക്കുള്ള വഴിയിലൂടെ മുടന്തി ലഷ്യസ്ഥാനത്തേക്ക് നടന്നു നീങ്ങി. മനയിലേക്കുള്ള വഴിയിൽ ഉണ്ടായിരുന്നു ഒരു പൊതുകിണറിൽ നിന്നും വെള്ളം കോരി ആർത്തിയോടെ കുടിച്ച് വീണ്ടും നടത്തം തുടർന്നു. വഴിയരികിൽ കണ്ട ആൽമരത്തിന്റെ തറയിൽ കയറി കിടന്നു. രാത്രിയാകാൻ കാത്തിരിക്കുകയായിരുന്നു അയാൾ എന്നുള്ളത് തീർച്ച. ഈ ഉണ്ടായ കാര്യങ്ങൾ മനയിലുള്ള അയാളുടെ 'അമ്പ്രാനെ' ധരിപ്പിക്കാനുള്ള തിടുക്കം അയാളുടെ ശരീര ഭാഷ്യത്തിൽനിന്ന് തന്നെ നവാസിനും പൊലീസുകാർക്കു വായിച്ചെടുക്കാൻ കഴിഞ്ഞു.

സമയം കടന്നുപൊയ്ക്കൊണ്ടിരുന്നു. സന്ധ്യ കഴിഞ്ഞിട്ടും കുഞ്ഞിക്കേളു ആ ആൽമരത്തറയിൽതന്നെ കിടപ്പാണ്. സമയം ഏതാണ്ട് രാത്രി പത്തുമണി കഴിഞ്ഞു കാണും. അയാൾ പതിയെ എഴുന്നേറ്റിരുന്നു. അയാളുടെ ഓരോ നീക്കവും കുറച്ചു മണിക്കൂറുകളായി സുഭാഷ് മറഞ്ഞുനിന്ന് നിരീക്ഷിക്കുന്നുണ്ടായിരുന്നു. പൊലീസുകാർക്ക് അറിയേണ്ടിരുന്ന പ്രധാന വിവരം കുഞ്ഞിക്കേളുവിന്റെ മനയിലെ 'അമ്പ്രാൻ' ആരെന്നുള്ളതായിരുന്നു. അവർ കരുതുന്നത് അത് അറിഞ്ഞാൽ ഒരുപക്ഷേ ആ ആഭരണം ആരുടേതാണെന്ന് അറിയാൻ കഴിഞ്ഞേക്കും. അല്ലെങ്കിൽ മനയിലെ ആർക്കെങ്കിലും

അതുമായി എന്തെങ്കിലും ബന്ധം ഉണ്ടോ എന്നെങ്കിലും അറിയാൻ കഴിയുമെന്ന് അവർ കരുതി.

കുഞ്ഞിക്കേളു ആൽത്തറയിൽ നിന്നും താഴെയിറങ്ങി മനയുടെ ഭാഗത്തേക്ക് നടന്നു. മനയുടെ വഴിയിലൊന്നും ലൈറ്റുകൾ ഇല്ലാത്തതിനാൽ നല്ല ഇരുട്ടാണ്. എന്നാലും അയാൾ പകൽ ആ വഴിയിലൂടെ യാത്ര ചെയ്യുന്നതിനേക്കാൾ അനായാസമായി ഇരുട്ടത്തും നടന്നുപോകുന്നു സുഭാഷും ഒരു വിധത്തിൽ ആ ഇരുട്ടിൽ അയാളുടെ പുറകിൽ നടന്നു. കുറച്ചു ദൂരം പിന്നിട്ടപ്പോൾ പെട്ടെന്ന് അയാൾ ഒരു ഇടവഴിയിലൂടെ മനയുടെ കാട് പിടിച്ചുകിടക്കുന്ന തെക്കുഭാഗത്തേക്ക് മുൻപിലുള്ള കുറ്റിച്ചെടികളെ വകഞ്ഞു മാറ്റിക്കൊണ്ട് നടന്നു. സുഭാഷ് ഒരു നിമിഷം അതിലൂടെ പോകാൻ മടിച്ചു. കാരണം നല്ല ഇരുട്ടാണ്. കൈയിൽ ഒരു ടോർച്ച് പോലും ഇല്ല. എങ്ങനെ ഈ മനയിലെ കുറ്റിക്കാട്ടിലൂടെ നടന്നു പോകും? കുഞ്ഞിക്കേളുവിന്റെ പോക്കുകണ്ടാൽ അയാൾ വളരെ പരിചയമുള്ള വഴിയിലൂടെ പോകുന്നതുപോലെയാണ്.

സുഭാഷിന് ഒരു കാര്യം തീർച്ചയായിരുന്നു ഇപ്പോൾ കുഞ്ഞിക്കേളുവിനെ പിൻതുടർന്നാൽ ഒരുപക്ഷേ മനയിലെ അയാളുടെ അമ്പ്രാനെ കണ്ടെത്താൻ കഴിഞ്ഞെന്നുവരാം. പിന്നീട് ഒരു അവസരം ലഭിക്കാൻ പ്രയാസമാകും. വേറൊന്നും ആലോചിക്കാൻ നിന്നില്ല. കുഞ്ഞിക്കേളു പോയ ഇടവഴിയിലൂടെ സുഭാഷും പ്രയാസപ്പെട്ട് സാവധാനം നടന്നു. അപ്പോഴേക്കും കുഞ്ഞിക്കേളു ഏതാണ്ട് നാട്ടുകാരെല്ലാരും പറയുന്ന ആ വലിയ രണ്ട് മരങ്ങൾക്ക് താഴെയുള്ള മന്ത്രവാദത്തറയുടെ അടുത്തെത്തിയിരുന്നു. കാരണം ആ തറയിൽ എന്നും വിളക്ക് കത്തിക്കുന്ന ഒരു പതിവുണ്ട് എന്ന് പ്രദേശവാസികൾ പറഞ്ഞ് സുഭാഷിനും കേട്ടറിവുള്ളതാണ്. മനയിലെ മുകുന്ദൻ അന്നും അത് ചെയ്തിരുന്നു. അതിനാൽ ആ വിളക്കിന്റെ മങ്ങിയ വെളിച്ചത്തിൽ ദൂരെ നിന്നും സുഭാഷിന് ആ ഇരുട്ടിലൂടെ പോയ കുഞ്ഞിക്കേളുവിനെ കാണാൻ കഴിഞ്ഞു. അയാൾ ചെന്നപാടെ ആ മരങ്ങൾക്കു താഴെ പ്രതിഷ്ഠിച്ചിട്ടുള്ള മൂർത്തികളെ നിലത്തു കിടന്നുകൊണ്ട് നമ്സകരിക്കുന്നത് കണ്ടു. അതിനുശേഷം ആ തറയെയും മരങ്ങളെയും മൂന്നു തവണ വലം വെച്ചശേഷം അയാൾ ഉറക്കെ ചൂളംവിളിക്കുന്നതുപോലെയുള്ള ഒരു ശബ്ദം ഉണ്ടാക്കി. ആർക്കോ ഒരു അടയാളം കൊടുക്കുന്നതുപോലെയാണ് കുഞ്ഞിക്കേളുവിന്റെ ആ പ്രവർത്തി കണ്ടപ്പോൾ സുഭാഷിനു തോന്നിയത്. എന്നിട്ട് ധൃതിയിൽ ആ വലിയ മരങ്ങൾക്ക് പുറകിൽ

മറഞ്ഞു നിന്നു. സുഭാഷ് വാച്ചിൽ സമയം നോക്കി. ഏതാണ്ട് പന്ത്രണ്ട് മണി ആകാറായി.

സുഭാഷ് തന്റെ പുറകിലൂടെയായി പെട്ടെന്ന് എന്തോ കടന്നു പോകുന്ന പോലെയുള്ള ശബ്ദം കേട്ട് ഞെട്ടിത്തരിച്ച് തിരിഞ്ഞു നോക്കുമ്പോൾ കാണുന്നത്, മനയിലെ മുകുന്ദൻ കൈയിൽ ഒരു വിളക്കും പിടിച്ചുകൊണ്ട് ശരവേഗത്തിൽ സർപ്പക്കാവിൽനിന്നും മനയുടെ തെക്കു ഭാഗത്തുള്ള മന്ത്രവാദത്തറ ലക്ഷ്യമാക്കിക്കൊണ്ട് പോകുന്നതാണ്. അക്ഷരാർത്ഥത്തിൽ അയാൾ ആദ്യം കുറച്ചു നേരം സ്തബ്ധനായി നിന്നു. അയാളുടെ ചിന്തയിൽ ആദ്യം തെളിഞ്ഞത് ഈ കൂരാക്കൂരിരുട്ടത്തും വിഷസർപ്പങ്ങൾ ഉണ്ടെന്ന് പറയപ്പെടുന്ന, കാട് പിടിച്ചു കിടക്കുന്ന സ്ഥലത്തിനുള്ളിലൂടെ മുകുന്ദൻ എങ്ങനെ വിളക്കും കൈയിൽ പിടിച്ചുകൊണ്ടു ഇത്രയും വേഗത്തിൽ പോകുന്നു എന്നാണ്. അയാൾ ചിന്തിച്ചു നിമിഷങ്ങൾ കഴിയുമ്പോഴേക്കും മുകുന്ദൻ അയാളുടെ മന്ത്രവാദത്തറയ്ക്കരികിൽ എത്തിയിരുന്നു. ആ വിളക്കുകളുടെ വെളിച്ചത്തിൽ സുഭാഷ് ദൂരെ നിന്നും കാണുന്നത് ആ തറയിൽ അയാൾ കയറി ആ രണ്ട് വൃക്ഷങ്ങൾക്കും താഴെ അയാൾ പ്രതിഷ്ഠിച്ചുണ്ടെന്നു പറയപ്പെടുന്ന മൂർത്തികൾക്ക് അഭിമുഖമായി ഇരുന്ന് എന്തോ ചെയ്തുകൊണ്ടിരിക്കുകയാണ്. പൂജ ചെയ്യുന്നതുപോലെയാണ് തോന്നിയത്. കുറച്ചു സമയത്തിനുശേഷം അയാൾ എണീറ്റ് മന്ത്രവാദത്തറയിൽ കിടന്നുകൊണ്ട് നമസ്കരിക്കുന്നത് കണ്ടു. അത് കഴിഞ്ഞതും മരങ്ങൾക്കു പുറകിൽ മറഞ്ഞു നിന്നിരുന്ന കുഞ്ഞിക്കേളു പതിയെ മുകുന്ദന്റെ മുന്നിൽ വന്ന് അയാളെ രണ്ട് കൈകളും കൂപ്പി തൊഴുത് നിൽക്കുന്നത് കണ്ടു. അവർ തമ്മിൽ എന്തോ സംസാരിക്കുന്നുണ്ട് എന്ന് തീർച്ച. ദൂരെയായതിനാൽ അവരുടെ സംസാരം കേൾക്കാൻ കഴിയുമായിരുന്നില്ല. ഒരു കാര്യം തീർച്ചയാക്കിക്കൊണ്ട് അയാൾ തിരിച്ചു സ്റ്റേഷനിലേക്കു പോകാൻ തുടങ്ങുന്നതിനിടയിൽ അയാളുടെ കാലിൽ എന്തോ ചുറ്റി വരിയുന്നതായി അനുഭവപ്പെട്ടു. ഇരുട്ടിൽ അത് എന്താണെന്ന് വ്യക്തമാകുന്നില്ലായിരുന്നു. അതിനാൽ തന്നെ സുഭാഷ് അതിനെ കാലിൽ നിന്നും വേർപെടുത്താൻ തുനിഞ്ഞില്ല. കാരണം സർപ്പക്കാവിനടുത്താണ് നിൽക്കുന്നത്. ഏതെങ്കിലും വിഷസർപ്പങ്ങൾളായിരുന്നെങ്കിൽ അത് അയാളെ ഇതിനകം ദംശിക്കേണ്ടതായിരുന്നു. അതുണ്ടാവാത്തതിൽതന്നെ ഏതെങ്കിലും അജഗരം ഇനത്തിൽ പെടുന്ന സർപ്പമാകാനാണ് സാധ്യത കൂടുതൽ എന്ന് മനസ്സിലാക്കിയ സുഭാഷ് ആ കാലും വലിച്ചുകൊണ്ട് മനപ്പറമ്പിന്റെ പുറത്തേക്ക് ഓടി എത്രയും പെട്ടെന്ന് മനയുടെ വളപ്പിന് പുറത്തുകടക്കണം. പ്രധാന

പാതയോരത്ത് എത്തിയാൽ വഴി വിളക്കുകൾ ഉണ്ട്. അതിന്റെ വെളിച്ചത്തിൽ മാത്രമേ കാലിൽ ചുറ്റിയിട്ടുള്ളത് എന്തെന്ന് വ്യക്തമായി കാണാൻ കഴിയൂ.

ആ ഓട്ടത്തിനിടയിൽ അയാളെ അത് ദംശിച്ചു. അതു കൂടെയായപ്പോൾ അയാളുടെ ഹൃദയമിടിപ്പുകൾ കൂടാൻ തുടങ്ങി. ഒരു വിധം അയാൾ ഓടി ഒരു വഴിവിളക്കിന് താഴെ എത്തി നോക്കുമ്പോൾ അയാൾ കരുതിയതുപോലെ തന്നെ അതൊരു ചെറിയ അജഗരം തന്നെയാണ്. എന്നാലും അത് അതിന്റെ സർവ്വശക്തിയും എടുത്ത് കൊണ്ട് അയാളുടെ കാലിൽ തന്നെ ചുറ്റി കടിച്ചിരിപ്പുണ്ട്. രക്തം കാലിൽ നിന്നും വരുന്നുണ്ടെങ്കിലും വിഷം ഇല്ലാത്തതിനാൽ മാത്രം കഷ്ടിച്ച് രക്ഷപ്പെട്ടു. സുഭാഷ് അതിനെ അയാളുടെ കാലിൽനിന്നും അഴിച്ചെടുക്കാൻ പണിപ്പെട്ടു. എന്നിട്ട് മനയുടെ വളപ്പിനുള്ളിലേക്ക് എടുത്ത് എറിഞ്ഞു.

കാലിൽ അസഹനീയമായ വേദന തോന്നിയതിനാൽ ഉടൻ തന്നെ സുഭാഷ് കുറച്ചു ദൂരെയായി വഴിയരികിൽ പാർക്ക് ചെയ്തിരുന്ന അയാളുടെ ബൈക്ക് എടുത്തശേഷം അടുത്തുള്ള ആശുപത്രിയിൽ പോയി കാലിൽ ഉണ്ടായ മുറിവ് മരുന്ന് വെച്ച് കെട്ടി. ഡോക്ടർ അയാളോട് കുറച്ചു സമയം നിരീക്ഷണത്തിലിരിക്കാൻ പറഞ്ഞെങ്കിലും അതൊന്നും വകവെയ്ക്കാതെ തനിക്കു കാര്യമായ കുഴപ്പമൊന്നുമില്ല എന്നും പറഞ്ഞുകൊണ്ട് തിടുക്കപ്പെട്ട് അവിടെ നിന്നും ഇറങ്ങി നേരെ എസ്.ഐ നവാസിനെ കണ്ട് മനയിൽ ഉണ്ടായ കാര്യങ്ങൾ വിവരിക്കാൻ വേണ്ടി സ്റ്റേഷനിലേക്ക് തിരിച്ചെത്തിയെങ്കിലും ആ സമയം നവാസ് അവിടെ ഉണ്ടായിരുന്നില്ല. സിഐ സാറും നവാസും കൂടി പുറത്ത് എവിടേക്കോ പോയിരുന്നു.

ഏതാനും മണിക്കൂറുകൾക്കുശേഷം സ്റ്റേഷനിലേക്ക് തിരിച്ചെത്തിയ നവാസിനോട് മനയിൽ രാത്രി ഉണ്ടായ സംഭവങ്ങൾ സുഭാഷ് വിശദീകരിച്ചു.

"സാറേ, കിട്ടൻ ഇവിടെ നിന്നും നേരെ പോയത് കാരമ്പത്തൂർ മനയിലേക്കാണ്. അവിടുത്തെ അയാളുടെ രക്ഷകൻ മാധവന്റെ അനിയൻ മുകുന്ദനാണ്. അയാളെ ചോദ്യം ചെയ്താൽ ചിലപ്പോൾ നമ്മുടെ സ്റ്റേഷനിലുള്ള ആ ആഭരണത്തെക്കുറിച്ചുള്ള വിവരവും അറിയാൻ കഴിഞ്ഞേക്കും.."

"അത് സുഭാഷേ, മനയിലെ മുകുന്ദനെ സ്റ്റേഷനിൽ വിളിച്ചു വരുത്തി ചോദ്യം ചെയ്യണമെങ്കിൽ തീർച്ചയായും ഡി.വൈ.എസ്.പി സുകുമാരൻ സാറിനെ കണ്ട് പ്രത്യേകമായ അനുമതി വാങ്ങേണ്ടി

വരും. എന്നോട് അയാൾക്ക് മുൻപ് തന്നെ നല്ല ചൊരുക്കുള്ള കാര്യം തനിക്കറിയാവുന്നതാണല്ലോ. ഒരു കാര്യം ഞാൻ ചെയ്യാം. സി ഐ സാറിനോട് സംസാരിച്ചു മേലധികാരിയിൽ നിന്നും വേണ്ട അനുമതി വാങ്ങിക്കാൻ പറയാം. എന്നാൽ മാത്രമേ ഈ കേസ് ഇനി മുൻപോട്ടു പോകൂ എന്നും അറിയിക്കാം."

അഞ്ച്

അടുത്ത ദിവസം രാവിലെ പതിനൊന്നര മണിയായിട്ടുണ്ടാവും. പൊലീസ് സ്റ്റേഷനിൽ ഏതോ ജോലിയിൽ വ്യാപൃതനായിരുന്ന എസ് ഐ നവാസിന്റെ ഫോണിലേക്ക് സി ഐ സുരേഷ് സാറിന്റെ കോൾ വന്നു. തികച്ചും പ്രതീക്ഷയുള്ള ഒരു വാർത്തയായിരുന്നു അത്. "നിങ്ങൾ കാരമ്പത്തൂർ മനയിലെ മുകുന്ദനെ ചോദ്യം ചെയ്യാനുള്ള ഒരുക്കങ്ങൾ നടത്തിക്കൊള്ളൂ. അപ്പോഴേക്കും ഞാൻ അവിടെ എത്താം. ഞാൻ രാവിലെ തന്നെ എസ്.പി വി. ശാന്തരൻ (ഐ.പി.എസ്) സാറിനെ നേരിട്ട് കണ്ട് കാര്യങ്ങളുടെ ഗൗരവം വിശദമാക്കികൊണ്ടു മാധവനെ ചോദ്യം ചെയ്യുന്നതിനുള്ള അനുവാദം വാങ്ങിച്ചിട്ടുണ്ട്. ആ ഓർഡർ ഞാൻ ഇപ്പോൾ തന്നെ സ്റ്റേഷനിലേക്ക് ഫാക്സ് ചെയ്യാം. അല്ലെങ്കിൽ നമുക്ക് മനയിൽ പോയി ചോദ്യം ചെയ്യൽ നടത്താം. അതുവേണ്ട, അയാളെ സ്റ്റേഷനിലേക്ക് വിളിച്ചു വരുത്തുന്നതാകും കുറച്ചു കൂടി ഉചിതം. കാരണം അവിടെ പോയാൽ ചിലപ്പോൾ അയാൾ വേണ്ടവിധം സഹകരിക്കണമെന്നില്ല. പോരാത്തതിന് നമ്മൾ അവിടെ എത്തിയിട്ടുണ്ടെന്ന വിവരം അറിഞ്ഞാൽ ഡി.വൈ.എസ്.പി സുകുമാരൻ സാറും അവിടേക്കു വരാനുള്ള സാധ്യത കൂടുതലാണ്. അതല്ല, സുകുമാരൻ സാറ് അവിടെയുണ്ടെങ്കിൽ അയാളുമായി കയർക്കാനൊന്നും നിൽക്കണ്ട. ഓർഡറിന്റെ പകർപ്പ് കാണിച്ചു കൊടുത്താൽ മതി. അതിനാൽ ഫാക്സ് കിട്ടിയാൽ ഉടൻതന്നെ താൻ നേരിട്ട് പോയി അയാളെ കസ്റ്റഡിയിൽ എടുത്ത് സ്റ്റേഷനിലേക്ക് കൊണ്ട് വാ. ആ സമയത്തിനുള്ളിൽ തന്നെ ഞാനും സ്റ്റേഷനിൽ എത്തിക്കോളാം."

സി.ഐ സുരേഷ് ഫോണിലൂടെയുള്ള സംഭാഷണം തീരുമ്പോഴേക്കും പുന്നയൂർക്കുളം പൊലീസ് സ്റ്റേഷനിലെ ഫാക്സ് മെഷീൻ ശബ്ദം ഉണ്ടാക്കാൻ തുടങ്ങി കോൺസ്റ്റബിൾ തോമസ് ചെന്ന് നോക്കിയപ്പോൾ കാരമ്പത്തൂർ മനയിലെ മുകുന്ദനെ ചോദ്യം ചെയ്യുന്നതിനുള്ള എസ് പി വി.ശാന്തരൻ (ഐ.പി.എസ്) ഒപ്പു വെച്ച പ്രത്യേക

അനുമതിയായിരുന്നു അത്. തോമസ് അത് അപ്പോൾ തന്നെ നവാസിന് കൈമാറി.

കുറച്ച് നാഴികകൾ പിന്നിട്ടപ്പോഴേക്കും സി.ഐ. സുരേഷ് സാറിന്റെ ജീപ്പ് പൊലീസ് സ്റ്റേഷന്റെ ഗെയ്റ്റിൽ എത്തി. അതിൽ നിന്നും ഇറങ്ങിയ സി.ഐ ആദ്യം അന്വേഷിച്ചത് എസ്.ഐ നവാസിനെയാണ്. അതിന് അദ്ദേഹത്തിന് കീഴുദ്യോഗസ്ഥരിൽ നിന്നും ലഭിച്ച മറുപടി സുഭാഷിനെയും വേറെ രണ്ട് കോൺസ്റ്റബിൾമാരെയും കൂട്ടി പുറത്തുപോയിരിക്കയാണെന്നും മടങ്ങിയെത്തിയിട്ടില്ല എന്നുമായിരുന്നു. സി.ഐ. സുരേഷ് ഉടൻ തന്നെ ഫോൺ എടുത്ത് എസ്.ഐ നവാസിനെ വിളിച്ചു. ഫോൺ എടുത്തതാവട്ടെ സുഭാഷും. "എസ്.ഐ സാർ മുകുന്ദനോട് സംസാരിക്കയാണെന്നും എത്ര പറഞ്ഞിട്ടും അയാൾ സ്റ്റേഷനിലേക്ക് വരില്ല എന്ന ഒറ്റ നിൽപ്പിൽ തന്നെ നിൽക്കുകയാണെന്നും അറിയിക്കുന്നു."

ഇതുകേട്ട സി.ഐ. സുരേഷ് ഫോൺ നവാസിന് കൈമാറാൻ നിർദ്ദേശിച്ചു. ഫോൺ വാങ്ങിച്ചു നവാസ് മേലാധികാരിയെ അറിയിച്ചു. "സാറേ ഞങ്ങൾ ഇവിടെ സാർ അയച്ച ഉത്തരവുമായി എത്തിയിട്ട്. ഡി.വൈ.എസ്.പി സുകുമാരൻ സാറിന്റെ തറവാടായതുകൊണ്ട് കുറച്ചു മര്യദ കാണിച്ചു. അത് ഇപ്പൊ നമുക്ക് തന്നെ വിനയായെന്നാണ് തോന്നുന്നത്."

ഇത്രയും കേട്ടതും സി.ഐ. സുരേഷിന് അക്ഷരാർത്ഥത്തിൽ നല്ല ദേഷ്യം വന്നു. "താൻ ഒരു കാര്യം ചെയ്യൂ. അയാൾക്ക് നാലെണ്ണം കൊടുത്ത് ജീപ്പിൽ എടുത്തിട്ട് ഇങ്ങു കൊണ്ടുവാ. ബാക്കിയുള്ള ചോദ്യങ്ങൾ ഞാൻ ചോദിച്ചോളാം." സി.ഐ. സുരേഷ് ഫോൺ കട്ട് ചെയ്തതും നവാസിന്റെ ആദ്യത്തെ അടി മുകുന്ദന്റെ ഇടതു കവിളിൽ വീണു. ആ അടിക്കുതന്നെ അയാൾ താഴെ കാരമ്പത്തൂർ മനയിലെ കോലായിൽ വീണു. അവിടെ നിലത്തിട്ടുകൊണ്ട് നവാസ് രണ്ടു മൂന്ന് ചവിട്ടും കൊടുത്തു. അത്രയുമായപ്പോഴേക്കും മുകുന്ദൻ അവരുടെ കൂടെ വരാം എന്ന് സമ്മതിച്ചു. ജീപ്പിനടുത്തേക്ക് വേച്ച് വേച്ച് നടക്കുന്നതിനിടയിൽ സുഭാഷ് അയാളെ നോക്കി പറയുന്നുണ്ടായിരുന്നു. "ഇത്ങ്ങു ആദ്യം തന്നെ ചെയ്താൽ മതിയായിരുന്നില്ലേ, ഇത്രയും അടി വാങ്ങിച്ചു കൂട്ടേണ്ട വല്ല ആവശ്യവും ഉണ്ടായിരുന്നോ."

കൂടെ ഒരു മുന്നറിയിപ്പും കൊടുത്തു. "സ്റ്റേഷനിൽ ചെന്നാൽ അവിടെ ബാക്കി ചോദ്യങ്ങൾ ചോദിക്കുന്നത് സി ഐ സാർ ആയിരിക്കും. അതിനും കൂടി കൃത്യമായി മറുപടി നൽകിയാൽ തനിക്ക്

കൊള്ളാം. എസ്.ഐ നവാസ് സാറിനെ പോലെ അല്ല സി.ഐ സാർ. സാറിന്റെ ചോദ്യംചെയ്യൽ രീതി തന്നെ വേറെയാണ്. കിട്ടുന്ന ഇടിക്ക് ഒരു മയവും ഉണ്ടാകില്ല. അതുപോലെ തന്നെ ചോദിക്കുന്ന ചോദ്യങ്ങൾക്കും എന്ന് കൂടി നീ മനസ്സിൽ കുറിച്ചോ. അത് ഓർമ്മ യിൽ വെച്ച് കൊണ്ടുള്ള നാടകം കളി മാത്രം അവിടെ നടത്തി യാൽ മതി."

കാരമ്പത്തൂർ മനയിലെ മുകുന്ദനെ ചോദ്യം ചെയ്യലിനായി സ്റ്റേഷനിലേക്ക് കൊണ്ടുപോകുന്നതിനിടയിൽ മനയുടെ വഴി അവസാനിക്കുന്നിടത്ത് വെച്ച് വഴിക്ക് കുറുകെ നിലത്ത് ആരോ കിടക്കുന്നത് കണ്ട് ജീപ്പ് ഡ്രൈവർ ആ ജീപ്പ് ചവിട്ടി നിറുത്തി. ആകസ്മികമായിട്ടുള്ള ജീപ്പിന്റെ ബ്രേക്ക് ഇടലിൽ മുൻ സീറ്റിൽ ഇരുന്ന നവാസടക്കം ജീപ്പിലുള്ള മുഴുവൻ പേരും ഇരിപ്പിടത്തിൽ നിന്നും ഒരു നിമിഷം മുൻപോട്ട് തെറിച്ചു. നവാസിന്റെ തല ജീപ്പിന്റെ മുൻ ഗ്ലാസിൽ തട്ടി. ആ ഇടിയുടെ വേദനയിൽ "എവിടെ നോക്കിയാടാ ജീപ്പ് ഓടിക്കുന്നത്?" എന്ന നവാസിന്റെ ദേഷ്യ ത്തിലുള്ള ചോദ്യം മുഴുവനാകുന്നതിന് മുൻപുതന്നെ ഡ്രൈവർ പറഞ്ഞു.

"ക്ഷമിക്കണം സാറേ, നമ്മുടെ ജീപ്പിന് മുൻപിലായി വഴിയിൽ ആരോ കിടക്കുന്നുണ്ട്. അയാളുടെ ശരീരത്തിൽ ജീപ്പ് കയറാതിരി ക്കാൻ വേണ്ടിയാണ് സാറേ ഞാൻ തത്രപ്പാടിൽ ജീപ്പിന്റെ ബ്രേക്ക് ഇട്ട് നിറുത്തിയത്. അല്ലാതെ മനപ്പൂർവം അല്ല."

പുറകിൽ ഇരുന്നിരുന്ന സുഭാഷ് ജീപ്പിൽ നിന്നും ചാടി ഇറങ്ങി വാഹനത്തിന്റെ മുൻപിൽ എത്തി. നിലത്ത് ആരോ കമിഴ്ന്നു കിട ക്കുന്നുണ്ട്. മുഖം നോക്കാൻ വേണ്ടി സുഭാഷ് അയാളെ മലർത്തി കിടത്തിയതും അയാളുടെ കൈയിൽ സൂക്ഷിച്ചിരുന്ന 'കഠാര' എടുത്ത് അയാൾ സുഭാഷിനെ കുത്തി. പെട്ടെന്നുള്ള ആക്രമണം ആയതി നാൽ കൂടുതൽ ഒന്നും ചെയ്യാൻ സുഭാഷിന് കഴിഞ്ഞില്ല. അയാൾ ഒഴിഞ്ഞു മാറാൻ ശ്രമിച്ചെങ്കിലും ആ കഠാര അയാളുടെ വയറിന്റെ വലത്തേ ഭാഗത്തു തുളച്ചു കയറി. ഇത് കണ്ട് ജീപ്പിന്റെ മുൻസീറ്റിൽ നിന്നും പൊടുന്നനെ ചാടി ഇറങ്ങിയ നവാസ് നിലത്തു കിടന്നിരുന്ന ആളെ ശക്തിയിൽ ചവിട്ടി മാറ്റിക്കൊണ്ട് കുത്തുകൊണ്ട് വീഴാൻ പോയ സുഭാഷിനെ പിടിച്ചു. അപ്പോഴേക്കും സുഭാഷിന്റെ യൂണിഫോം മുഴുവൻ രക്തം വാർന്നൊഴുകുന്നുണ്ടായിരുന്നു. രക്തം കൂടുതൽ നഷ്ടപ്പെടാതിരിക്കാൻ ഉടൻ തന്നെ ജീപ്പിൽ ഉണ്ടായിരുന്ന ഒരു തുണി എടുത്ത് ആ കുത്തുകൊണ്ട ഭാഗം നല്ലതു പോലെ അമർത്തി കെട്ടി.

അതിനിടയിൽ ജീപ്പിൽ നവാസിന്റെ കൂടെ ഉണ്ടായിരുന്ന കോൺസ്റ്റബിൾമാർ സുഭാഷിനെ കുത്തിയവനെ വേണ്ടവിധത്തിൽ കൈകാര്യം ചെയ്തിരുന്നു. അടി കിട്ടി അവശനായ അയാളെ ജീപ്പിൽനിന്നും വിലങ്ങ് എടുത്തു ബന്ധിച്ച് ജീപ്പിനകത്തിട്ടു. ആ അത്യാഹിതത്തിനിടയിൽ സുഭാഷിനെ കുത്തിയ ആളെ നവാസ് അത്ര ശ്രദ്ധിച്ചിരുന്നില്ല. അയാളുടെ തിടുക്കവും ശ്രദ്ധയും മുഴുവൻ എത്രയും പെട്ടെന്ന് സുഭാഷിനെ ആശുപത്രിയിൽ എത്തിക്കുക എന്നത് മാത്രമായിരുന്നു.

ജീപ്പ് നേരെ സുഭാഷിനെയും കൊണ്ട് അടുത്തുള്ള ആശുപത്രിയിലേക്ക് പാഞ്ഞു. അവിടെ എത്തിയപ്പോഴേക്കും സുഭാഷ് ബോധരഹിതനായിരുന്നു. ആശുപത്രിയിൽ എത്തിയതും അത്യാഹിത വിഭാഗത്തിലെ ഡോക്ടറുടെ നിർദ്ദേശം അനുസരിച്ച് അപ്പോൾ തന്നെ സുഭാഷിനെ തുടർന്നുള്ള വിദഗ്ദ്ധ ചികിത്സയും ശ്രദ്ധയും നൽകുന്നതിനു വേണ്ടി ഓപ്പറേഷൻ തിയറ്ററിലേക്ക് മാറ്റി. നിർണ്ണായകമായ അടുത്ത കുറച്ച് മണിക്കൂറുകൾ നവാസിന് ഒരു ദിവസത്തിന്റെ ദൈർഘ്യം ഉള്ളതുപോലെ അനുഭവപ്പെട്ടു. രണ്ടു മൂന്ന് മണിക്കൂറുകൾ കഴിഞ്ഞിരിക്കുന്നു, നവാസ് ആ ഓപ്പറേഷൻ തീയേറ്ററിന് മുൻപിൽ തന്നെ വളരെ മാനസിക പിരിമുറുക്കത്തോടു കൂടി നിൽക്കുന്നുണ്ട്. അവിടുന്ന് അയാൾ മാറുന്നതേയില്ല. ഇതിനകം സി.ഐ. സുരേഷ് സാറും ആശുപത്രിയിൽ എത്തി വിവരം തിരക്കി. എന്തെങ്കിലും കൂടുതൽ ആവശ്യങ്ങൾ ഉണ്ടെങ്കിൽ അറിയിക്കാൻ പറഞ്ഞശേഷം നവാസിന്റെ ജീപ്പിലുണ്ടായിരുന്ന സുഭാഷിനെ കുത്തിയവനെയും മനയിലെ മുകുന്ദനെയും കൊണ്ട് അപ്പോൾ തന്നെ സ്റ്റേഷനിലേക്ക് തിരിച്ചു.

മണിക്കൂറുകളായി നവാസിന്റെ ആ നിൽപ്പ് തുടങ്ങിയിട്ട്. ഓപ്പറേഷൻ തീയേറ്ററിൽ ഉള്ളത് അദ്ദേഹത്തിന്റെ ഒരു സഹപ്രവർത്തകൻ മാത്രമാണ്. എന്നാൽ അയാളുടെ നിൽപ്പ് കാണുന്ന ആർക്കും തോന്നുക, ഒരു കൂടപ്പിറപ്പിന്റെ വിവരം കാത്തുനിൽക്കുന്ന സഹോദരനെപോലെ, മനുഷ്യത്വത്തിന് ഒരു വിലയും കാണിക്കാത്ത ഈ കാലഘട്ടത്തിൽ അല്ലെങ്കിൽ മനസ്സിൽ മനുഷ്യത്വം മരിക്കാത്ത ഒരു മനുഷ്യസ്നേഹി അതായിരുന്നു അയാൾ. ഓരോ തവണ ഓപ്പറേഷൻ തീയേറ്ററിന്റെ വാതിൽ തുറക്കുമ്പോഴും അയാളുടെ കണ്ണുകൾ സുഭാഷിന്റെ വിവരം അറിയാൻ വേണ്ടി ജിജ്ഞാസയോടുകൂടെ നോക്കുന്നതു കാണാമായിരുന്നു.

ചീഫ് സർജൻ പുറത്തേക്കു വന്നു നവാസിനെ വിളിച്ചു വിവരം പറഞ്ഞു. "അപകടനില തരണം ചെയ്തിരിക്കുന്നു. സുഭാഷിന്

ഓർമ്മ വന്നിട്ടുണ്ട്. എന്നാലും പഴയ നിലയിലേക്ക് തിരിച്ചുവരാൻ കുറച്ച് ദിവസങ്ങൾ എടുക്കും."

"പടച്ചവൻ കാത്തു." നവാസ് ദീർഘനിശ്വാസം എടുത്തുകൊണ്ട് പറഞ്ഞു. അയാൾ ആശുപത്രിക്ക് പുറത്തു ജീപ്പിനരികിൽ നിന്നിരുന്ന ഒരു കോൺസ്റ്റബിളിനെ വിളിച്ച് ഓപ്പറേഷൻ തീയേറ്ററിന് മുൻപിൽ നിൽക്കാൻ പറഞ്ഞശേഷം അവിടെ നിന്നും ഇറങ്ങി.

കഴിഞ്ഞ കുറെ മണിക്കൂറുകളായി തുടർച്ചയായുള്ള ജോലിയാണ്. എസ്.ഐ നവാസ് വളരെയധികം ക്ഷീണിച്ചു. എന്നാലും അയാൾ വിശ്രമിക്കാനൊന്നും നിൽക്കാതെ നേരെ ആശുപത്രിയിൽനിന്നും പൊലിസ് സ്റ്റേഷനിലേക്കാണ് പോയത്. അയാൾക്ക് മുൻപേ ആ രണ്ട് പ്രതികളെയും കൂട്ടി അവിടെ എത്തിയ സി.ഐ സുരേഷ് സർ രണ്ടുപേരെയും രണ്ട് സെല്ലുകളിലാക്കി ചോദ്യം ചെയ്യാൻ തുടങ്ങിയിരുന്നു. ഒന്നാമത്തെ സെല്ലിൽ ഉണ്ടായിരുന്നത് മനയിലെ മുകുന്ദൻ ആയിരുന്നു. സെല്ലിനകത്ത് കയറിയ നവാസ് കാണുന്നത് മുകുന്ദന്റെ കസേരയ്ക്ക് മുൻപിൽ ഒരു ടേബിൾ ഇട്ടിട്ടുണ്ട്. അതിന് മുകളിലായി 'കിട്ടന്റെ' ഭാണ്ഡത്തിൽ നിന്നും പൊലീസ് എടുത്തു സൂക്ഷിച്ചു വെച്ചിട്ടുള്ള ആ ചുവന്ന കല്ലുകൾ പതിച്ച ആഭരണം വെച്ചിട്ടുണ്ട്. അയാളുടെ എതിർവശത്തുള്ള കസേരയിൽ സി.ഐ സാറും ഇരിപ്പുണ്ട് എസ്.ഐ നവാസ് സെല്ലിനുള്ളിൽ കയറുന്ന നേരത്ത് മുകുന്ദനെ ചോദ്യം ചെയ്യാൻ തുടങ്ങുന്നതേ ഉണ്ടായിരുന്നുള്ളൂ. മൂന്ന് ചോദ്യങ്ങളാണ് സി.ഐ സുരേഷ് മനയിലെ മുകുന്ദനോട് ചോദിച്ചത്.

1) രണ്ട് ദിവസം മുൻപ് രാത്രിയിൽ കിട്ടൻ നിന്നെ അർദ്ധരാത്രിയിൽ കാണാൻ മനയിൽ വന്നത് എന്തിന്?

2) നിന്റെ മുന്നിലെ ഈ ടേബിളിൽ ഇരിക്കുന്ന ഈ ആഭരണം നീ കിട്ടന് കൊടുത്തതാണോ?

3) നിന്നെ പൊലീസുകാരിൽനിന്നും രക്ഷിക്കാൻ മാത്രം നീയും കിട്ടനും തമ്മിലുള്ള ബന്ധം എന്ത്?

സി.ഐ സുരേഷ് സാറിന്റെ ചോദ്യങ്ങൾ കേട്ട് മുകുന്ദന്റെ മുഖത്ത് പ്രത്യേകിച്ച് ഭാവവ്യത്യാസങ്ങൾ ഒന്നും പ്രകടമാകുന്നുണ്ടായിരുന്നില്ല. മാത്രവുമല്ല, അയാൾ പൊലീസ് സ്റ്റേഷനിൽ എത്തിയത് മുതൽ തന്നെ സി.ഐ. സാർ ശ്രദ്ധിച്ചിരുന്നു അയാൾ എന്തോ ശബ്ദം വളരെ താഴ്ത്തിക്കൊണ്ട് പിറുപിറുക്കുന്നുണ്ടായിരുന്നു. ഏതാണ്ട് മന്ത്രങ്ങൾ ഉരുവിടുന്നപോലെ. ചോദ്യം ചെയ്യുന്ന സമയത്തും അയാൾ തുടർന്നുകൊണ്ടേയിരുന്നു. മനയിലെ മുകുന്ദനെ

പൊലീസ് ചോദ്യം ചെയ്യാൻ കൊണ്ടുപോയതറിഞ്ഞ് അതാ അപ്പോഴേക്കും ഡിവൈഎസ്പി സുകുമാരൻ സാറിന്റെ ഓഫീസിൽ നിന്നും പുന്നയൂർക്കുളം സ്റ്റേഷനിലേക്ക് ഫോൺ വന്നു. ഫോൺ എടുത്ത തോമസ് സെല്ലിനടുത്ത് ചെന്ന് സി.ഐ. സാറിനെ വിവരം അറിയിച്ചു.

ചോദ്യം ചെയ്യൽ പാതിവഴിയിൽ നിറുത്തിയിട്ട് സി.ഐ സുരേഷ് വന്ന് ഫോൺ എടുത്ത സി.ഐ സുരേഷിനു നേരെ ഡി.വൈ.എസ്.പി സുകുമാരൻ ഉയർത്തുകൊണ്ടാണ് സംസാരം ആരംഭിച്ചതുതന്നെ. എന്നാൽ അതിലൊന്നും ഒട്ടു നിയന്ത്രണം കൈവെടിയാതെ അദ്ദേഹം കാര്യങ്ങളുടെ ഗൗരവവും കേസിന്റെ വിവരങ്ങളും മേലാധികാരിയെ ധരിപ്പിച്ചു. എസ്.പി അനുവദിച്ചിട്ടുള്ള പ്രത്യേക ഉത്തരവും കൂടി തന്റെ കൈവശം ഉണ്ടെന്ന് കൂടി അറിയിച്ചു. ഇത്രയ്ക്കും ആയപ്പോഴേക്കും ഡി.വൈ.എസ്.പി സുകുമാരൻ കുറച്ചൊന്ന് അയഞ്ഞു. എങ്കിലും അയാൾ “ചോദ്യം ചെയ്യൽ ഒന്ന് രണ്ടു ദിവസത്തിനുള്ളിൽ കഴിയും. താൻ പിന്നെയും ഇവിടെ തന്നെ കാണും എന്നും ഞാൻ തന്നയാണ് മേലാധികാരി എന്ന് ഓർമ്മയിൽ ഇരുന്നോട്ടെ എന്നും.” സി.ഐയ്ക്ക് ഒരു മുന്നറിയിപ്പുകൂടി കൊടുത്താണ് സംഭാഷണം അവസാനിപ്പിച്ചത്.

തൊട്ടടുത്ത സെല്ലിൽ ഉണ്ടായിരുന്ന സുഭാഷിനെ കുത്തിയ ആൾ ആരാണെന്ന് അറിയുന്നതിനായി സെല്ലിന് അകത്ത് കയറിയ നവാസ് അയാളെ കണ്ട് ശരിക്കും ഞെട്ടി. യഥാർത്ഥത്തിൽ സുഭാഷിനെ കുത്തിയ ആളെ ആ സംഭവം നടക്കുന്ന സമയത്ത് നവാസ് അത്ര ശ്രദ്ധിച്ചിരുന്നില്ല. മാത്രവുമല്ല അയാളുടെ മുഴുവൻ ശ്രദ്ധയും സുഭാഷിനെ എത്രയും പെട്ടന്ന് ആശുപത്രിയിൽ എത്തിക്കുക എന്ന് മാത്രമായിരുന്നു. സെല്ലിനുള്ളിൽ ഇരുന്നിരുന്ന കിട്ടനെ കണ്ടതും ദേഷ്യംകൊണ്ട് നവാസിന്റെ മുഖം ചുവന്നു തുടുത്തു. അയാൾക്ക് അയാളെതന്നെ നിയന്ത്രിക്കാൻ കഴിഞ്ഞില്ല. ഒറ്റച്ചവിട്ടിന് കിട്ടനും അയാൾ ഇരുന്നിരുന്ന കസേര അടക്കം തെറിച്ച് ജയിൽ മുറിയുടെ ചുവരിൽ ചെന്ന് വീണു. എന്നിട്ടും ദേഷ്യം കുറയാതെ അയാൾ താഴെ കിടന്ന കസേര മടക്കി അതുകൊണ്ടും വീണ്ടും കൊടുത്തു നാലഞ്ച് അടി. ശബ്ദം കേട്ട സി.ഐ സുരേഷ് സെല്ലിലേക്ക് വന്നത് കണ്ട നവാസ് സംയമനം പാലിച്ച് കുറച്ച് ശാന്തനായി നിന്നു. സി.ഐ വന്നതുകൊണ്ടു മാത്രം കിട്ടൻ തൽക്കാലം ബാക്കിയുള്ള അടിയിൽ നിന്നും രക്ഷപ്പെട്ടു എന്ന് കരുതിയാൽ തെറ്റി. നവാസ് തുടങ്ങി വെച്ചതിന്റെ ബാക്കി സി.ഐ മുഴുവനാക്കി എന്ന് പറയേണ്ടി വരും. അടികിട്ടി വേദനകൊണ്ട് നിലത്തു കിടന്ന് പുളയുന്ന കിട്ടനെ

നവാസ് പൊക്കി മറ്റൊരു കസേരയിലേക്കിട്ടു. എന്നിട്ട് വീണ്ടും നവാസ് കിട്ടനെ ആദ്യത്തെ തവണ കസ്റ്റഡിയിൽ എടുത്തപ്പോൾ ചോദിച്ച അതേ ചോദ്യം വീണ്ടും ആവർത്തിച്ചു. അതിൽ ഒരു ചോദ്യം കൂടി കൂടുതൽ ഉണ്ടായിരുന്നു.

"നിന്റെ തുണി സഞ്ചിയിൽ ഉള്ള ആ ചുവന്ന കല്ലുകൾ പതിച്ച ആഭരണം നിനക്ക് എവിടെ നിന്ന് കിട്ടി? എന്തിനാണ് നീ എപ്പോഴും ആ മനയുടെ ഭാഗത്ത് കറങ്ങിനടക്കുന്നത്? നീ എ.എസ്.ഐ സുഭാഷിനെ ആക്രമിക്കാൻ കാരണം എന്ത്?"

അടികൊണ്ട് പകുതി ജീവൻ ആയതിനാലാണോ അതോ ഇനി തന്നെ രക്ഷിക്കാൻ ആരുമില്ല എന്ന് മനസ്സിലാക്കിയതിലാണോ എന്നറിയില്ല അയാൾ എന്തോ മറുപടി പറയാൻ ശ്രമിച്ചു. അടി കിട്ടിയതിന്റെ തീവ്രതയിലായിരിക്കണം അയാൾ നല്ലതുപോലെ ചുമയ്ക്കുന്നുണ്ടായിരുന്നു. കൂടെക്കൂടെ വായിൽ നിന്നും രക്തവും വരുന്നുണ്ട്. ഇതു കണ്ട നവാസ് അയാൾക്ക് കുടിക്കാൻ കുറച്ചു വെള്ളം നൽകാൻ കോൺസ്റ്റബിൾ തോമസിനോട് നിർദ്ദേശിച്ചു. വെള്ളം കുടിച്ചു കഴിഞ്ഞപ്പോൾ ചോദ്യങ്ങൾക്കുള്ള മറുപടി പറയാൻ നവാസ് വീണ്ടും പറഞ്ഞു.

കിട്ടൻ പറഞ്ഞുതുടങ്ങി. "ഏന് തിന്നാനും കുടിക്കാനും ജീവിക്കാനും പണം തരേണത് മനലെ ഏന്റ ദെയ്വം മുകുന്ദൻ അംബ്രാൻ ആണ്. ഓര് പറയാണ്ട് ഏൻ മനപ്പറമ്പ് വിട്ട് എവിടേം പോവൂല്ല." ഇത്രയും പറഞ്ഞതിൽ നിന്നു തന്നെ നവാസിന് ഒരു കാര്യം വ്യക്തമായി, കിട്ടന്റെ യജമാനൻ മനയിലെ മന്ത്രവാദി മുകുന്ദനാണെന്നും മുകുന്ദനുമായുള്ള കിട്ടനുള്ള ബന്ധം അത്രയ്ക്കും തീവ്രമാണെന്നും അതാണ് അയാളുടെ അംബ്രാനെ പൊലീസ് ജീപ്പിൽ കയറ്റി കൊണ്ടുപോകുന്നതു കണ്ട് എങ്ങനെയെങ്കിലും തന്റെ അംബ്രാനെ രക്ഷിക്കുവാനുള്ള തത്രപ്പാടായിരുന്നു കഴിഞ്ഞ ദിവസം അയാൾ മനയിലേക്ക് പോകുന്നവഴിയിൽ വെച്ച് കാട്ടിക്കൂട്ടിയത് മുഴുവൻ. എന്നിരുന്നാലും ആ ആഭരണം എവിടുന്ന് കിട്ടി എന്ന് അയാൾ അപ്പോഴും വ്യക്തമാക്കിയില്ല.

ഇനി ബാക്കിയുള്ള കാര്യങ്ങൾ മുകുന്ദനിൽ നിന്നും നേരിട്ട് തന്നെ ചോദിക്കാം എന്ന് മനസ്സിൽ കരുതി നവാസ് തൊട്ടടുത്തുള്ള മുകുന്ദൻ ഇരിക്കുന്ന സെല്ലിലേക്ക് നടന്നു. അപ്പോഴും നവാസിന്റെ മുന്നിൽ ഉണ്ടായിരുന്ന ചോദ്യം ആ ആഭരണത്തെ കിട്ടൻ ഒന്നും പറയാത്തതെന്താണെന്നായിരുന്നു. അതിന് പുറകിൽ എന്തോ ഒരു രഹസ്യം തീർച്ചയായും ഒളിഞ്ഞിരിപ്പുണ്ട് എന്ന് തീർച്ച. പക്ഷേ

രണ്ടു പേരും ഇങ്ങനെ സഹകരിക്കാതെ ഇരുന്നാൽ കാര്യങ്ങൾ വീണ്ടും വഷളാവും.

മുകുന്ദന്റെ മുന്നിൽ ഉണ്ടായിരുന്ന കസേരയിൽ ചെന്നിരുന്ന് നവാസ് അയാളോട് പറഞ്ഞു, “നിന്റെ അടിയാളൻ കിട്ടൻ നിങ്ങൾ മറയ്ക്കുന്ന മുഴുവൻ കാര്യങ്ങളും തന്നോട് വള്ളി പുള്ളി വിടാതെ വിവരിച്ചു. അയാളുടെ മൊഴി മാത്രം മതി നിന്നെ ഞങ്ങൾക്ക് ജയിലിൽ അടയ്ക്കാൻ. ഇനി നീയാണ് അത് എങ്ങനെ സംഭവിച്ചു എന്ന് വ്യക്തമാക്കേണ്ടത്.”

സത്യത്തിൽ നവാസ് ഒന്ന് എറിഞ്ഞു നോക്കിയതാണ്. മുകുന്ദൻ എന്തെങ്കിലും പറഞ്ഞാലോ എന്നറിയാൻ വേണ്ടി. എന്നാൽ ഭാഗ്യവശാൽ, അത് ശരിക്കും കൊണ്ടു എന്ന് പറയേണ്ടി വരും. മുകുന്ദൻ നവാസിനോട് സംസാരിക്കാൻ തയ്യാറായി. അയാൾ പറഞ്ഞ കഥ. “അന്ന് നടന്നത് മനപ്പൂർവം നടന്ന സംഭവം അല്ലെന്നും അപ്രതീക്ഷിതമായി അബദ്ധത്തിൽ സംഭവിച്ചതാണ്.” അതു കേട്ട നവാസും സി.ഐ സുരേഷ് സാറും കൂടെയുണ്ടായിരുന്ന പൊലീസുകാർക്കും ആദ്യം അയാൾ പറഞ്ഞതിന്റെ പൊരുൾ വ്യക്തമായില്ല. പക്ഷേ അത് അവർ ആരും തന്നെ പുറത്തേക്ക് പ്രകടമാക്കിയതേയില്ല. നവാസ് ചോദ്യം ചെയ്യൽ തുടർന്നു. “ശരി. എന്നാൽ സംഭവിച്ച കാര്യങ്ങൾ പറ.”

മുകുന്ദൻ തുടർന്നു. “മനയിലെ എന്റെ ജ്യേഷ്ഠൻ മാധവന്റെ വേളി മാലതിയെ കാണുമ്പോൾ എല്ലായ്പ്പോഴും വളരെ ദുഃഖിതയായി എനിക്ക് തോന്നിയിരുന്നു. അതിനാൽ ഒരു ദിവസം ഞാൻ അവരോട് അത് ചോദിച്ചറിയാൻ തന്നെ തീരുമാനിച്ചു. അവരുടെ അടുത്തെത്തി എന്തിനാണ് ഇപ്പോഴും ഇങ്ങനെ ശോകാകുലയായി ഇരിക്കുന്നതെന്ന് ആരാഞ്ഞു. അതിന് അവർ എന്നോട് തിരിച്ചു ചോദിച്ച ചോദ്യം ഇതിനെല്ലാം കാരണം നിങ്ങളുടെ ജ്യേഷ്ഠൻ തന്നെയാണെന്നും ഒരു കാരണവുമില്ലാതെയാണ് അദ്ദേഹം എന്നോട് ദിവസവും സോമശേഖരന്റെ നിറത്തിന്റെ കാര്യം പറഞ്ഞു വഴക്ക് ഉണ്ടാക്കുന്നതെന്നും മനയ്ക്കു പുറത്തുള്ള പല സ്ത്രീകളോടും അദ്ദേഹത്തിന് ബന്ധമുള്ള കാര്യം തനിക്കും കൂടി അറിവുള്ളതാണെന്നും ഇതെല്ലാം ഒന്ന് അവസാനിപ്പിക്കാൻ മനയിലെ വലിയ മന്ത്രവാദിയായ താങ്കളുടെ കൈയിൽ എന്തെങ്കിലും മാർഗ്ഗം ഉണ്ടോ എന്നും ചോദിച്ചു. ആ ചോദ്യം തനിക്ക് അത്ര രസിച്ചില്ല എന്നുമാത്രവുമല്ല, അത് തന്റെ കഴിവിനെ പരിഹസിക്കുന്നതു പോലെയാണ് തോന്നിയത്. എങ്കിലും അവരോടു പറഞ്ഞു. തീർച്ചയായും അതിനൊക്കെ ഉള്ള പരിഹാര കർമ്മങ്ങൾ തനിക്ക് വശമുണ്ട്

എന്നും അവരെ അറിയിക്കുകയും അത് ബോധ്യപ്പെടുത്തി കൊടുക്കുന്നതിനും കർമ്മങ്ങൾ ചെയ്യുന്നതിനായി അന്ന് അർദ്ധരാത്രി തന്നെ മനയുടെ തെക്കു ഭാഗത്തുള്ള മന്ത്രവാദത്തറയിലേക്ക് വരാൻ അവരോട് നിർദ്ദേശിച്ചുകൊണ്ട് അവിടെനിന്നും പോയി.

അന്ന് രാത്രി ഏതാണ്ട് പന്ത്രണ്ട് മണിയാകുമ്പോഴേക്കും മുകുന്ദൻ മന്ത്രവാദത്തറയിൽ എത്തുകയും ജ്യേഷ്ഠനായ മാധവനെ അയാളുടെ വേളിയായ മാലതിയിലേക്ക് വീണ്ടും ആകർഷിപ്പിക്കുന്നതിനായി 'വശ്യം' എന്ന ഒരു മാന്ത്രിക കർമ്മത്തെയാണ് അന്ന് അവിടെ നടത്താൻ ഉദ്ദേശിച്ചിരുന്നത്. 'വശ്യം' എന്നത് മറ്റുള്ള മനുഷ്യരെയോ ദേവതകളെയോ ജീവികളെയോ വശീകരിക്കുകയോ സ്വാധീനിക്കുകയോ ആകർഷിക്കുകയോ ചെയ്യാൻ ഈ കർമ്മം കൊണ്ട് സാധിക്കുമെന്ന് ചിലർ വിശ്വസിച്ചിരുന്നു. അതിനുവേണ്ടിയുള്ള തയ്യാറെടുപ്പുകൾ നടത്തുന്നതിലേക്കായി തറയിൽ കോലം വരച്ചു. അതിനുശേഷം ആരെയാണോ വശീകരിക്കേണ്ടത് അയാളുടെ ഒരു രൂപം അത് മരത്തിലോ കല്ലിലോ അല്ലെങ്കിൽ മറ്റ് എതെങ്കിലും ലോഹത്തിലോ ഉണ്ടാക്കി അത് വശീകരിക്കേണ്ട വ്യക്തിയാണെന്ന് സങ്കല്പിച്ചുകൊണ്ട് കർമ്മം നടത്തുകയാണ് ചെയ്യുന്നത്. ഈ കർമ്മം ചെയ്യലിൽ ഉടനീളം കരവീപുഷ്പം കൊണ്ടാണ് ഹോമം ചെയ്യുകയും മഞ്ഞൾ കലക്കിയ വെള്ളംകൊണ്ടാണ് ഈ കർമ്മത്തിൽ തർപ്പണം ചെയ്യുന്നതുമാണ് രീതി.

അയാളുടെ ജ്യേഷ്ഠത്തി മന്ത്രവാദത്തറയിലേക്ക് എത്തുന്നതിനു മുൻപുതന്നെ മാന്ത്രിക കർമ്മം ചെയ്യുന്നതിനുവേണ്ട മുഴുവൻ ഒരുക്കങ്ങളും പൂർത്തിയാക്കിക്കൊണ്ട് അവരെയും പ്രതീക്ഷിച്ച് ആ തറയിൽതന്നെ ഇരുന്നു. അർദ്ധരാത്രി ആയതിനാലും നല്ല പോലെ ഇരുട്ടും മറ്റു രണ്ടു പേരെയും പോലെ അതായത് തന്നെയും കിട്ടനെയുംപോലെ രാത്രിയിൽ വെളിച്ചമില്ലാതെ തൊടിയിലൂടെ നടക്കാൻ മാലതിക്ക് ഒട്ടും വശമില്ലാത്തതിനാലും, മനയിൽനിന്നും ഇറങ്ങുമ്പോൾ തന്നെ അവർ കൈയിൽ ഒരു കുത്തുവിളക്കും കരുതിയിരുന്നു അതിന്റെ വെളിച്ചത്തിൽ മന്ത്രവാദത്തറയിലേക്ക് കടന്നു വന്ന മാലതിയെ കണ്ട മുകുന്ദന് ഒരു നിമിഷം അത് സന്ധ്യാപൂജയിൽ തിരുവാഭാരങ്ങൾ ചാർത്തിയ ദേവീവിഗ്രഹം പോലെയാണ് തോന്നിയത്. തന്റെ ജ്യേഷ്ഠത്തിക്ക് ഇത്രയും ഭംഗി ഉള്ളതായി അയാൾക്ക് മുൻപൊരിക്കലും തോന്നിയിട്ടില്ല. കയ്യിൽ ഉണ്ടായിരുന്ന വിളക്ക് തറയിൽ വെച്ച ശേഷം അവർ ആ രണ്ട് വൃക്ഷങ്ങൾക്ക് താഴെയായി പ്രതിഷ്ഠിച്ചിട്ടുള്ള മൂർത്തികൾക്ക് അഭിമുഖമായി താൻ തയ്യാറാക്കിയിട്ടുണ്ടായിരുന്ന കളത്തിനരികെ ഇട്ടിരുന്ന

മരപ്പലകയിൽ ഇരുന്നു. താൻ അപ്പോഴേക്കും കർമ്മങ്ങൾ ആരംഭിച്ചിരുന്നു. ആ മന്ത്രവാദ കർമ്മങ്ങൾ ഒന്ന് രണ്ടു മണിക്കൂർ തുടർന്നു. അതിന്റെ അവസാനത്തിൽ ഞാൻ മാലതിയോട് എണീറ്റ് ആ വൃക്ഷങ്ങളെയും തന്റെ മൂർത്തികളെയും മൂന്നു തവണ വലംവെച്ച് വരാൻ നിർദ്ദേശിച്ചു.

അവർ എണീറ്റ് നടക്കാൻ ശ്രമിക്കുന്നതിനിടയിൽ അവർ തന്നെ കൊണ്ടുവന്ന കുത്തുവിളക്ക് താഴെ വെയ്ക്കുന്നതിനിടയിൽ ആ വിളക്കിൽനിന്നും തറയിൽ താഴെ അബദ്ധവശാൽ വീണിരുന്ന എണ്ണയിൽ ചവിട്ടി മാലതി വഴുതി മന്ത്രവാദത്തറയിൽ വീണു. ആ വീഴ്ചയിൽ മാലതിയുടെ പിൻതല ആ വൃക്ഷങ്ങൾക്ക് താഴെയുണ്ടായിരുന്ന വലിയ കല്ലിൽ കൊത്തി ഉണ്ടാക്കിയിട്ടുള്ള മൂർത്തികളിൽ ഇടിച്ചു. വീഴ്ചയുടെ ആഘാതത്തിൽ മാലതി തൽക്ഷണം തന്നെ ബോധരഹിതയായി. അർദ്ധരാത്രിയായതിനാൽ അതിന്റേതായ പരിമിതികൾ ഉണ്ടെങ്കിലും അവരെ രക്ഷിക്കാൻ ശ്രമിച്ചു. മുറിവിൽ നിന്നും രക്തം കുറെ വാർന്നു പോയി അവർ മരണപ്പെട്ടു. പരിഭ്രമിച്ചു നിന്ന തനിക്ക് ഒരു കാര്യം തീർച്ചയായിരുന്നു.

നേരം വെളുത്താൽ മാലതിയെ മനയിൽ കാണാനില്ല എന്ന സത്യം മനയിലെ മറ്റാളുകൾ മനസ്സിലാക്കും. അവർ മാലതിയെ എല്ലായിടത്തും തിരയുന്ന കൂട്ടത്തിൽ മന്ത്രവാദത്തറയിലും എത്തും എന്നത് തീർച്ച. അവർ ഇവിടെ മരിച്ചു കിടക്കുന്നതു കണ്ടാൽ അത് മറ്റുപല കഥകൾ മെനെഞ്ഞെടുക്കാനും കാരണമാകും. അതിനാൽ എത്രയും പെട്ടെന്ന് മാലതിയുടെ മൃതദേഹം അവിടെ നിന്നും മാറ്റണം. പെട്ടെന്ന് മനസ്സിൽ ആദ്യം തെളിഞ്ഞു വന്ന ആശയം അവരെ കൊണ്ടുപോയി മനയിലെ കുളത്തിന് നടുവിൽ ഉള്ള കിണറ്റിൽ കൊണ്ടിടാം. അതാകുമ്പോൾ പെട്ടെന്ന് ആരും തന്നെ സംശയിക്കില്ല. ഞാൻ ആ പദ്ധതി എത്രയും പെട്ടെന്ന് തന്നെ നടത്താനുള്ള തിടുക്കത്തിനിടയിൽ മാലതിയുടെ കഴുത്തിൽനിന്നും അഴിഞ്ഞു വീണ ചുവന്ന കല്ലുകളുള്ള ആഭരണം ശ്രദ്ധിച്ചില്ല.

കഴിഞ്ഞ കുറച്ച് മണിക്കൂറുകളിൽ തെക്കേ മന്ത്രവാദത്തറയിലും പരിസരത്തും നടന്ന മുഴുവൻ കാര്യങ്ങളും തൊട്ടടുത്ത കുറ്റിക്കാട്ടിൽ മറഞ്ഞിരുന്ന കിട്ടൻ എന്ന കുഞ്ഞിക്കേളു കാണുന്നുണ്ടായിരുന്നു. മാലതിയെ എടുത്തുകൊണ്ട് മുകുന്ദൻ പുറത്തേക്ക് പോയതു കണ്ട് മന്ത്രവാദത്തറയ്ക്കടുത്തേക്ക് വന്ന കിട്ടൻ മാലതിയുടെ കഴുത്തിൽ നിന്നും അഴിഞ്ഞു വീണ ചുവന്ന കല്ലുകളുള്ള ആഭരണം കണ്ടു. ആ ആഭരണത്തോട് ഒരു പ്രത്യേക ഇഷ്ടം തോന്നിയ അയാൾ ആ ആഭരണം കൈയിൽ എടുത്തു.

മാലതിയുടെ മൃതദേഹം കുളത്തിനു നടുക്കുള്ള കിണറ്റിൽ ഇട്ട ശേഷം തിരിച്ചു മന്ത്രവാദത്തറയുടെ അടുത്തേക്ക് മടങ്ങിവന്ന ഞാൻ ആ ഇരുണ്ട വെളിച്ചത്തിൽ ആരോ ഒരാൾ ആ തറയ്ക്ക് അരികിൽ നിന്ന് പരുങ്ങുന്നത് ദൂരെ നിന്നു തന്നെ കാണുന്നുണ്ട്. കുറച്ചുകൂടി അടുത്തെത്തിയപ്പോഴാണ് അത് കിട്ടൻ ആണെന്ന് മനസ്സിലായത്. അയാളെ പെട്ടെന്ന് അവിടെ അവിചാരിതമായി കണ്ടപ്പോൾ ഞാൻ ആദ്യം ഒന്ന് പരിഭ്രമിച്ചു. ഉടൻതന്നെ മനോധൈര്യം വീണ്ടെടുത്തു. ആ അർദ്ധരാത്രിയിൽ കിട്ടനെയടക്കം വേറെ ഒരാളെയും ഒരിക്കലും അവിടെ പ്രതീക്ഷിച്ചിട്ടില്ല, എന്നു മാത്രമല്ല രണ്ടാമതൊരാൾ അവിടെ നടന്ന സംഭവങ്ങൾ ഒരിക്കലും അറിയാത്തവിധം കാര്യങ്ങളൊക്കെ തന്റെ പരിധിയിലായി എന്ന് കരുതി കുളത്തിനടുത്തു നിന്നും ആശ്വസിച്ചുകൊണ്ട് വന്നിരുന്ന എനിക്ക് അതൊരു വലിയ പ്രഹരം ഏറ്റതുപോലെയായിരുന്നു. കിട്ടനെ കണ്ട മാത്രയിൽ തന്നെ ഞാൻ ചോദിച്ചു. "എന്താ നീ ഇവിടെ ഈ അസമയത്ത് ചെയ്യുന്നത്?"

പെട്ടെന്ന് തന്റെ അംബ്രാനെ കണ്ടതും കിട്ടൻ അയാളുടെ കൈയിൽ ഉണ്ടായിരുന്ന ആ ചുവന്ന കല്ലുകൾ പതിച്ച ആഭരണം മറച്ചു പിടിക്കാൻ ശ്രമിച്ചു. അത് മനസ്സിലാക്കിയ ഞാൻ വീണ്ടും ഒന്ന് കൂടി രോഷാകുലനായി ഉറക്കെ ചോദിച്ചു.

"നീ ഞാൻ ചോദിച്ചത് കേട്ടില്ലേ? എന്താ നീ ഇവിടെ ഈ അസമയത്ത് ചെയ്യുന്നത്? എന്താണ് നീ എന്നിൽ നിന്നും ഒളിക്കാൻ ശ്രമിക്കുന്നത്?"

ആ ചോദ്യം കൂടി കേട്ടതും ഭയചകിതനയ കിട്ടൻ തന്റെ കാലിൽ വീണ് "തനിക്ക് തെറ്റു പറ്റി എന്നും ക്ഷമിക്കണം എന്നും രാത്രിയിൽ കഴിച്ച മദ്യത്തിന്റെ ലഹരിയിൽ ഞാൻ അറിയാതെ അവിടെ കുറ്റിക്കാട്ടിൽ കിടന്ന് ഉറങ്ങിപോയി" എന്നും പറഞ്ഞ് അയാൾ കരയാൻ തുടങ്ങി. അയാളുടെ കൈയിൽ ഉണ്ടായിരുന്ന ആഭരണം മന്ത്രവാദത്തറയിൽ നിന്നും കിട്ടിയതാണെന്നും അത് തന്റെ അംബ്രാന് നൽകുന്നതിനായി അയാൾ ആ ആഭരണം തന്റെ നേരെ നീട്ടി. എന്നാൽ താൻ അത് വാങ്ങാൻ തയ്യാറായില്ല. "അത് നീ തന്നെ വെച്ചോ. നിനക്ക് അത്ര ഇഷ്ടപ്പെട്ട് നീ എടുത്തതല്ലേ എന്നും ഇവിടെ നടന്ന കാര്യങ്ങൾ നമ്മൾ രണ്ടുപേർ അല്ലാതെ വേറെ ആരോടെങ്കിലും നീ പറഞ്ഞതായി ഞാൻ എങ്ങാനും അറിഞ്ഞാൽ, ഒരു കാര്യം നീ മനസ്സിലാക്കിക്കോ അന്ന് മുതൽ നീ ചിത്തഭ്രമം പിടിച്ച് നടക്കേണ്ടി വരും. എന്നെ നിനക്ക് ശരിക്കും അറിയാവുന്നതാണല്ലോ" എന്നുകൂടി പറഞ്ഞ് ഭയപ്പെടുത്തിക്കൊണ്ട് കിട്ടനെ

അവിടെ നിന്നും പറഞ്ഞുവിടുന്നു. ആ ഭയത്തിനാലാണ് പൊലീസുകാർ ഇത്ര മർദ്ദിച്ചിട്ടും കിട്ടൻ ആ ആഭരണത്തെപ്പറ്റിയും അയാളുടെ അംബ്രാനെപ്പറ്റിയും അയാളുടെ ജീവൻതന്നെ പോയാലും ഒരക്ഷരംപോലും പറയാത്തത്.

ഇത്രയും കാര്യങ്ങളാണ് അന്ന് രാത്രി അവിടെ സംഭവിച്ചത് എന്നും ഞാനല്ല മാലതിയെ കൊലപ്പെടുത്തിയതെന്നും അവർ അബദ്ധവശാൽ കാൽ തെന്നി വീണ് മരണം സംഭവിക്കയായിരുന്നെന്നും മുകുന്ദൻ വിവരിക്കുന്നു. അങ്ങനെ പൊലീസ് ജോലിയിൽ കുറച്ചു മാസങ്ങളുടെ പരിജ്ഞാനം മാത്രമുണ്ടായിരുന്ന നവാസ് മുഹമ്മദ് എന്ന പൊലീസുകാരന്റെ മനസ്സിലെ നിശ്ചയദാർഢ്യവും ഇച്ഛാശക്തിയും കൊണ്ട് ഒരിക്കലും ഒരാളും അറിയില്ലെന്നും കരുതിയ ഒരു മരണത്തിന്റെ കൂടി ചുരുൾ അഴിഞ്ഞു.

കാരമ്പത്തൂർ മനയുടെ പൊട്ടക്കിണറ്റിൽ മരിച്ചുകിടന്നിരുന്ന ഒരു നാടോടിയായിരുന്ന സ്ത്രീ ആരാണെന്ന് അറിയാനുള്ള ആകാംക്ഷ ഇന്ന് ഇപ്പോൾ രണ്ട് കൊലപാതകങ്ങളുടെയും ഒരു മരണത്തിന്റെയും ഉത്തരം കണ്ടെത്തുന്നതിലേക്ക് നയിച്ചിരിക്കുന്നു. ഇനി നവാസിന് അറിയേണ്ടത് ശോഭയുടെ രണ്ട് കുട്ടികളെക്കുറിച്ചാണ് ഒന്നുകിൽ അവരെയും മഞ്ജുനാഥ് കൊലപ്പെടുത്തിയിരിക്കും. അയാൾ മനപ്പൂർവം പൊലീസിന്റെ അന്വേഷണത്തെ അയാളിൽ നിന്നും വഴിതിരിക്കാൻ കെട്ടിച്ചമയ്ക്കുന്ന കഥ തന്നെയാകും കുട്ടികളെ ട്രെയിനിൽ കയറ്റി വിട്ടു എന്ന കാര്യം. പക്ഷേ, അയാൾ എത്ര ദേഹോപദ്രവം നടത്തിയിട്ടും ആ പറഞ്ഞതിൽ തന്നെ ഉറച്ചു നിൽക്കുന്നത് പൊലീസിനെ വല്ലാതെ കുഴക്കുന്നുണ്ടായിരുന്നു. എന്നാലും നവാസ് മുഹമ്മദ് ആ രണ്ടു കുട്ടികളെയും തീർച്ചയായും തിരികെ കിട്ടും എന്നത് പരിപൂർണ്ണമായും വിശ്വസിച്ചിരുന്നു.

ജൂൺ 26 2002, അന്ന് ശോഭയുടെ മരണവർത്തയറിഞ്ഞ ഏതാണ്ട് അതേസമയം പെരുമ്പടപ്പ് പൊലീസ് സ്റ്റേഷനിലെ ബിനു എന്ന സിവിൽ പൊലീസ് ഓഫീസർ നവാസിനെ വിളിച്ചു കൊൽക്കത്ത ചിൽഡ്രൻസ്ഹോമിൽ മലയാളം കുറച്ചു സംസാരിക്കുന്ന രണ്ട് കുട്ടികൾ ഉണ്ടെന്ന് പറഞ്ഞു പുന്നയൂർക്കുളം സ്റ്റേഷനിലേക്ക് വിളിച്ചു. വാർത്ത അറിഞ്ഞ ഉടനെ നവാസ് മുഹമ്മദ് ഉടൻതന്നെ ഫോട്ടോ അയച്ചു കൊടുത്ത് ശോഭയുടെ കുട്ടികൾ തന്നെയാണ് കൊൽക്കത്തയിൽ ഉള്ളതെന്ന് ഏറെക്കുറെ ഉറപ്പിച്ചു. വാസ്തവത്തിൽ ഇതുവരെ അനുഭവിക്കാത്ത ഒരാനന്ദവും ആശ്വാസവും നവാസിന്റെ ഉള്ളിൽ നിറഞ്ഞു. ചിൽഡ്രൻസ്ഹോമിലുള്ള കുട്ടികൾ ശോഭയുടെ

ആണെന്ന് ഏതാണ്ട് ഉറപ്പിച്ച നവാസ് കോൺസ്റ്റബിൾ തോമസിനെ വിളിച്ച് രാജുവിന്റെ സഹോദരി കാവ്യയുടെ ഫോൺ നമ്പർ കൊണ്ടു വന്ന് നൽകാൻ നിർദ്ദേശിച്ചു. അയാൾ കാവ്യയെ വിളിച്ചു. അയാൾക്ക് ലഭിച്ച കുട്ടികളുടെ വിവരങ്ങളുടെ ഒരു ചെറിയ വിവരണം നൽകുന്നുണ്ടെങ്കിലും നൂറ് ശതമാനവും അത് അവർ ആയിക്കൊള്ളണം എന്ന് ഒരു ഉറപ്പുമില്ല എന്ന് കൂടി കാവ്യയെ അറിയിച്ചു. എത്രയും പെട്ടെന്ന് സ്റ്റേഷനിൽ എത്താനും പറയുന്നു. 2022 ജൂൺ 29ന് രാജുവിന്റെ സഹോദരി കാവ്യയെയും കൂടി അവരുടെ കാറിൽ കൊൽക്കത്തയിലേക്കു പോയി. കൊൽക്കത്ത ചിൽഡ്രൻസ്ഹോമിൽ എത്തി കുട്ടികളെ കണ്ട കാവ്യ സന്തോഷംകൊണ്ട് കരഞ്ഞു. അതിൽനിന്നും നവാസിന് ഒരു കാര്യം മനസ്സിലായി, അത് ശോഭയുടെയും രാജുവിന്റെയും കുട്ടികൾ തന്നെയാണെന്ന്. ഓമനത്തമുള്ള രണ്ടു മക്കൾ അവരെയും കൂട്ടി അടുത്തദിവസം പുന്നയൂർക്കുളത്ത് തിരിച്ചെത്തി.

ഈ കല്പിത കഥയുടെ അവസാനദിവസമാണ് ജൂൺ 30 2002. അന്ന് ഞാനും ഈ രണ്ടു മക്കളെയും കാണാൻ പുന്നയൂർക്കുളത്തെ പൊലീസ് സ്റ്റേഷനിൽ എത്തി. അവിടെ ഞാൻ കണ്ടത് പുന്നയൂർക്കുളം പൊലീസ് സ്റ്റേഷൻ ഒരു കുടുംബവീടിന്റെ അന്തരീക്ഷത്തിലായിരുന്നു. അന്ന് കാവ്യ നൽകിയ പുതിയ കുപ്പായമിട്ട് സ്റ്റേഷൻ വളപ്പിൽ അജിത്തും ആര്യയും ഓടി നടന്ന് കളിക്കുന്നുണ്ടായിരുന്നു. ഇടയാക്കൊരിക്കൽ കളിപറയാൻ എത്തിയപ്പോൾ നവാസ് മുഹമ്മദ്, ആര്യയോട് ചോദിച്ചു.

"തീവണ്ടിയിൽ വെച്ച് അജിത്ത് കരഞ്ഞിരുന്നോ എന്ന്?"

"ആ കരഞ്ഞു. രണ്ടു മൂന്ന് തവണ അവൻ കരഞ്ഞു. വിശന്നിട്ടാ, തീവണ്ടിയിൽ ഉണ്ടായിരുന്ന ആരോ ബ്രഡും ഇറച്ചിയും വാങ്ങിത്തന്നു. പിന്നെ വേറെ എന്തൊക്കെയോ ചിലർ തന്നു." മുറിഞ്ഞ മുറിഞ്ഞ വാക്കുകളിൽ മടിച്ചു മടിച്ച് അവൾ പറഞ്ഞു. നവാസ് വീണ്ടും ചോദിച്ചു

"പേടി തോന്നിയോ?"

"ഉം,"

ഇത്രയും പറഞ്ഞു കൊണ്ട് ആര്യ അവളുടെ അനുജന്റെ അടുത്തേക്കു ഓടി പോയി. ബാംഗ്ലൂർ റെയിൽവേ സ്റ്റേഷനിലെ പ്ലാറ്റുഫോമിൽ നിന്ന് കൊൽക്കത്തയിലേക്കുള്ള ട്രെയിനിന്റെ ഒന്നാമത്തെ ബോഗിയിൽ ആണ് മഞ്ജുനാഥ് ഇരുവരെയും കയറ്റിവിട്ടത്. തീവണ്ടിയിലെ രണ്ടു ദിവസം അവൾ ആ മൂന്ന് വയസ്സുകാരൻ അനിയനെ

ചേർത്തുപിടിച്ചു. വിശപ്പുതീർക്കാൻ കിട്ടിയത് പങ്കിട്ടു നൽകി കൊൽക്കത്തയിൽ റെയിൽവേ പൊലീസ് കുട്ടികളെ ചൈൽഡ് ലൈനിൽ ആക്കുന്നതുവരെ അവളുടെ വിരലറ്റത്ത് മൂന്ന് വയസ്സുള്ള അവളുടെ കുഞ്ഞനുജൻ ഉണ്ടായിരുന്നു.

കുറച്ചു സമയത്തിനുശേഷം കാവ്യയ്ക്കും കുട്ടികൾക്കും പോകാനുള്ള കാർ പൊലീസ് സ്റ്റേഷന്റെ പടിക്കൽ എത്തി. പൊലീസ് ഓഫീസർമാർ എല്ലാവരും കൂടി അവരെ കർണ്ണാടകയിലെ അവരുടെ ഗ്രാമത്തിലേക്ക് യാത്രയാക്കി. ആ കാർ പുന്നയൂർക്കുളത്തിന്റെ പാതയിലൂടെ പതിയെ നീങ്ങാൻ തുടങ്ങി. ആ വാഹനം കണ്ണിൽ നിന്നും മറയുന്നതുവരെ എസ്.ഐ നവാസ് മുഹമ്മദ് എന്ന മനുഷ്യസ്നേഹിയായ പൊലീസുകാരൻ ആ ഗേറ്റിൽ തന്നെ നിലയുറപ്പിച്ചിരുന്നു. ■

ഗ്രീൻ ബുക്സ്

ഇലഞ്ഞിമരം പൂക്കുന്ന ഇടവപ്പാതി

ജോബിഷ് ഗോപി താണിശ്ശേരി

1983 മെയ് 19ന് തൃശ്ശൂർ ജില്ലയിലെ
പുന്നയൂർക്കുളം ഗ്രാമത്തിൽ ജനനം
പിതാവ്: താണിശ്ശേരി ഗോപി.
മാതാവ്: ശാന്ത കുമാരി.
2005ൽ, കാലിക്കറ്റ് യൂണിവേഴ്സിറ്റിയിൽനിന്നും
ബികോം ബിരുദം നേടിയതിനുശേഷം
2007 മുതൽ അബുദാബിയിൽ
മസായ ഗ്രൂപ്പ് ഓഫ് കമ്പനികളുടെ
അഡ്മിനിസ്ട്രേഷൻ & അക്കൗണ്ട്സ് മാനേജർ.
ഇ-മെയിൽ: gopijobish@icloud.com